北京市社会科学理论著作出版基金资助

教育部人文社会科学研究重大项目成果

东南亚古典文学翻译与研究丛书/越南卷

《金云翘传》翻译与研究

KIM VÂN KIỀU TRUYỆN
Dịch thuật và nghiên cứu

赵玉兰 译/著

北京大学出版社
PEKING UNIVERSITY PRESS

图书在版编目(CIP)数据

《金云翘传》翻译与研究/赵玉兰译/著. —北京：北京大学出版社,2013.7
(东南亚古典文学翻译与研究丛书)
ISBN 978-7-301-19988-6

Ⅰ.①金… Ⅱ.①赵… Ⅲ.①诗歌－翻译－研究－越南－近代②诗歌研究－越南－近代 Ⅳ.①I333.072

中国版本图书馆 CIP 数据核字(2011)第 274291 号

书　　　　名：	《金云翘传》翻译与研究
著作责任者：	赵玉兰　译/著
组稿编辑：	张　冰
责任编辑：	李　娜　张　冰
标准书号：	ISBN 978-7-301-19988-6/I・2431
出版发行：	北京大学出版社
地　　　　址：	北京市海淀区成府路 205 号　100871
网　　　　址：	http://www.pup.cn　新浪官方微博:@北京大学出版社
电子信箱：	zbing@pup.pku.edu.cn
电　　　　话：	邮购部 62752015　发行部 62750672
	编辑部 62759634　出版部 62754962
印　　　　刷　者：	北京汇林印务有限公司
经　销　者：	新华书店

650 毫米×980 毫米　16 开本　16 印张　292 千字
2013 年 7 月第 1 版　2013 年 7 月第 1 次印刷

定　　　　价：35.00 元

本书出版得到

"北京大学创建世界一流大学计划"

经费资助

编 委 会

主 编: 裴晓睿

编 委:（以姓氏笔画为序）

吴杰伟 罗 杰 林 琼 赵玉兰

总　序

　　2006岁末，教育部批准了北京大学东方文学中心申报的人文社会科学重大研究项目"东南亚古典文学的翻译与研究"。该项目组全体成员经过三年多的努力，于2010年春天按计划完成了全部工作。最终成果便是这套即将出版的五卷本丛书"东南亚古典文学翻译与研究"：《〈帕罗赋〉翻译与研究》、《〈金云翘传〉翻译与研究》、《〈马来纪年〉翻译与研究》、《菲律宾史诗翻译与研究》、《缅甸古典小说翻译与研究》。该丛书每卷的内容均由两部分组成：一是作品的中文译文并附有详细的学术性注释；二是项目组成员撰写的研究文章以及外国学者的相关研究成果的译文。

　　我们设计这一课题的初衷是，想把东南亚古代文学中有代表性的经典作品介绍给汉语读者。长期以来，我国东方文学领域中更受关注并为人所知的，一般局限于印度文学、阿拉伯文学和日本文学。而东南亚作为东方的一个重要组成部分，其文学，尤其是古代文学一向鲜为人知或知之甚少。其原因是，东南亚古典文学作品的阅读和翻译难度很大，其原典研究成果也极其有限；此外，不熟悉东南亚国家语言的东方文学学者，想借助译文进行研究的需要虽然迫切，但译著的缺乏或质量的不尽人意使这一要求始终难以得到满足。因此，填补这一空白，无论从当下，还是长远，都是东方文学学科发展所必需的。

　　本项目由五个子项目组成，项目组成员分别来自北京大学外国语学院东南亚学系的泰国语言文化、越南语言文化、印尼马来语言文化、菲律宾语言文化和缅甸语言文化五个专业。每个子项目分别从上述五种语言的古典文学名著中各选一部或几部翻译成汉语，这些作品分别是：泰国古典叙事诗《帕罗赋》；越南古典叙事诗《金云翘传》；印尼马来史话《马来纪年》；菲律宾史诗五部：《呼德呼德》、《拉姆昂传奇》、《拉保东公》、《达冉根》和《阿戈尤》；缅甸古典小说两部：《天堂之路》和《宝镜》。所选原典著作均为上述国家文学史上公认的经典文学作品，具有鲜明的代表性。这些作品的体裁有长篇叙事诗、史话、史诗、小说四类。作品产生年代大约在公元12世纪至19世纪中叶期间。

这个时期的东南亚已经从早期许多分散的城邦国家逐步发展成几个强大的、以农耕为社会基础的封建王国。经济和贸易的发展，推动了同质文化和异文化之间的交流、互补，使东南亚各国的民族文化特征和地域文化特征逐渐形成。从印度传入的婆罗门教（印度教）文化和佛教文化，经过数百年的浸润早已融入到越南除外的半岛国家的本土文化之中；海岛国家继接受印度教之后又接受了伊斯兰文化和天主教文化；独具特色的越南则发展到汉文化的全盛阶段。在此背景下，东南亚地区呈现的文学景象亦是蔚然可观。从文学种类来看，民间文学和作家文学并驾齐驱；从文学样式来看，多以韵文为主、散文为辅；从作品内容来看，宗教故事、历史传说、王室故事、英雄传奇、爱情故事、民间故事等等，可谓五光十色，异彩纷呈。各国古代经典文学作品的诞生和繁荣正是这个时代的必然产物。我们出版这套丛书，就是为了尽可能地体现这些特点于万一，从而使读者得以管中窥豹。

《帕罗赋》是产生在大约15世纪末至16世纪初年的一部伟大的爱情悲剧作品。它开创了泰国以爱情为题材的文学作品的先河，更是泰国古代文学仅有的两部悲剧作品之一，被誉为泰国的《罗密欧与朱丽叶》。作品以"立律"诗体写成，格律严谨、语言清新古朴、韵味醇厚，故事情节感人至深。1914年，权威的"泰国文学俱乐部"将其评选为"立律体诗歌之冠"，使之成为后世诗人仿效的典范。《帕罗赋》在泰国文学历史上享有崇高的地位，至今仍为当代文学家进行不间断地解读、研究和评论，堪称泰民族古典文学的瑰宝。此次即将问世的《帕罗赋》是泰国古典文学作品的第一部汉译本，译文后所附多篇文章以国内外学者的不同视角对这部长诗本身以及相关学术问题进行了探讨，这将有助于学者们对作品的深入理解和研究。

《金云翘传》是越南大诗人阮攸以最具越南民族特色的"六八"体写就的一部叙事长诗。作品以女主人公王翠翘的人生遭际为主线，演绎了一桩凄美感人的爱情故事。作品自19世纪初面世以来，一直在越南广为流传，可谓家喻户晓，妇孺皆知。从20世纪50年代起，就先后有我国学者对《金云翘传》进行翻译和研究，但实践证明，在如何挖掘这部越南文学名著的语言艺术和文化内涵方面，尚显不足，仍有深入探讨的必要和空间。《〈金云翘传〉翻译与研究》课题研究者在认真查阅大量资料之基础上，对其进行了再次翻译和深入研究，从而为中越文学的比较研究提供了一个可信的文本，相关研究文章亦颇具借鉴价值。

《马来纪年》是印尼马来古典文学中最重要和最有影响的作品之一，并被马来人奉为马来历史文学的经典之作。该书涉及的内容十分广泛：马来民族的起源、马来王朝的历史演变、马来民族伊斯兰化的经过，以及马来封建社会的政治、宗教、文化等多方面的情况。作为官廷文学，《马来纪年》为巩固王权统治起了重要作用；该书汇集了不少马来民间文学的精华，其语言被视为马来古典文学的最高典范，是马来语言发展史上的一个里程碑，对马来古典文学产生过重大影响。

菲律宾的口头文学传统具有悠久的历史，包括史诗、神话传说、民间故事、谚语、歌谣等诸多文类，其中史诗是菲律宾古典文学的主要代表形式。本书选取了菲律宾不同民族的五部（组）史诗，包括来自菲律宾北部吕宋岛伊富高族的《呼德呼德》、伊洛戈族的《拉姆昂传奇》，菲律宾中部比萨扬地区苏洛德族的《拉保东公》，菲律宾南部棉兰老岛地区马拉瑙族的《达冉根》、马诺伯族的《阿戈尤》。这五部史诗覆盖了菲律宾的不同地区，代表不同民族文化背景的口头文化传统。《呼德呼德》和《达冉根》还被收录进联合国教科文组织《人类口头与非物质文化遗产代表作名录》。本课题还研究了菲律宾史诗作为"活形态"史诗的流传情况，运用民俗学研究方法，分析史诗叙事形态，阐释史诗的深层文化内涵。

缅甸从16世纪初到19世纪末前后400年，出现过三种类型的小说，即：本生小说、神话小说和官廷小说。本书选择了两部典型代表作进行译介、研究，即1501年阿瓦王朝的国师高僧信摩诃蒂拉温达所写"本生小说"《天堂之路》；1752至1760年间（一说在1776至1781年间）官廷作家瑞当底哈杜所写"神话小说"《宝镜》。通过这两部小说的译本和项目组成员的研究文章以及缅甸文学家相关研究著述的译文，可以了解古代缅甸文学的源头、发展轨迹、传承脉络、特色与影响。

翻译作品是文化交流的重要组成部分。高质量的文学翻译，本身是一个艰苦的学术研究过程，古典名著的翻译更是如此。"东南亚古典文学翻译与研究"丛书的执笔者以虔诚和认真的态度努力去呈现文学经典的面貌，从比较文学文化学、译介学、人类学、民俗学等视角对东南亚古代文学进行跨文化的重新解读。这对丰富东方文学研究的内涵，扩展研究视域，促进文化交流，为东方文学研究向广度和深度的发展无疑将提供更多的有利条件。

　　"东南亚古典文学翻译与研究"是一项意义重大的研究课题，但由于是初次尝试，其稚嫩和瑕疵依然难以避免。我们把它呈现在读者面前，期待着方家的指教和读者的批评，也期盼着更多的东方文学名著译作进入汉语读者的视野，让世界共享东方文学的盛宴。

　　感谢教育部对本项研究的资助；感谢北京市社会科学理论著作出版基金资助；感谢北京大学创建世界一流大学建设经费对"东南亚古典文学翻译与研究"丛书出版的大力支持；感谢北京大学出版社外语部主任张冰及责任编辑孙莹、李娜、刘爽、刘虹、叶丹等为这套丛书的面世所付出的艰辛。没有这些，东南亚古典文学翻译与研究仍会一如既往地栖身冷宫，鲜为人知。

裴晓睿

2013年5月

百望山麓

目　　录

序

　　从古至今，没有任何一种文化是完全孤立和一成不变的。国家之间、民族之间的文化接触和交流更是经常发生的。在这个接触和交流的过程中，文化的相互影响、相互吸纳是很自然的现象。

　　中国和越南两国之间的交往，有信史可考者，至少在两千年以上。两国之间的文化交流源远流长。在长久的历史文化交往过程中，总体来说，中国文化对越南的影响是主要的。当然，越南在汲取汉文化时，也注意与越南本土文化相结合，从而形成具有自身特点的越南民族文化。

　　在越南文学发展的进程中，有一种现象充分体现出中国文化对越南的深刻影响，那就是以中国作品为蓝本进行的文学再创作。如16世纪无名氏的《王嫱传》（由49首唐律组成）就是脱胎于中国元朝马致远的杂剧《汉宫秋》，描写汉朝王昭君下嫁匈奴王的故事；17世纪无名氏的《林泉奇遇》（又名《白猿孙恪传》）是以唐朝《孙恪传》为蓝本的越南六八体叙事诗；18世纪无名氏的六八体诗传《潘陈》，故事是出自明朝高濂的传奇剧本《玉簪记》；还有，阮辉似的六八体长诗《花笺传》是根据中国明末弹词说唱小说《花笺记》写成；19世纪李文馥的六八体长诗《玉娇梨新传》是改写中国明末清初张匀的才子佳人小说《玉娇梨小传》等等。

　　19世纪初，越南文学巨匠阮攸的《金云翘传》（又名《断肠新声》）是越南古典文学的经典之作。它是以中国明末清初青心才人的章回小说《金云翘传》为蓝本写就的。中国的《金云翘传》在我国文学史上没有什么显著地位，但阮攸的《金云翘传》在越南却是一部影响极大的文学名著，在越南文学史上居于顶峰地位，可谓家喻户晓，妇孺皆知。阮攸的《金云翘传》已被译为法、中、俄、英、德、日、波兰、西班牙等国文字。我国学者黄轶球先生将它译成中文，1959年由人民出版社出版。它是此前国内唯一的译本。随着时间的推移，越南对《金云翘传》的研究日益扩展和深入，学者们对其不同版本的考订愈加细致，对作品的评介和诗句的注释亦更加详尽。因此重译《金云翘传》就显得十分必要。北京大学外国语学院赵玉兰教授多年从事越南语言文学的教学和研究，她对《金云翘传》情有独钟，曾为研究生开设一门必修课"越南古典文学名著研读"，主讲《金云翘传》，深受学生欢迎。为开设该课，赵玉兰教授广泛搜集国内外有关资料，对《金云翘传》的诗句作了认真仔细的解读，这为她重译《金云翘传》作了充分的准备。

　　评价一本译作的质量，首先要明确翻译标准问题。近年来，我国语言学界、翻译学界对翻译标准有过多种提法。本人对翻译理论知之有限，但从个人的实践经验来看，仍然认为严复提出的"信、达、雅"是翻译工作中应该追求的一种境界。"信"就是忠实原文的思想内容，"达"是译文要符合该国语言的全民规范，"雅"是译文要保持原文的风格。翻译标准不可能像数学公式那样精确划一，衡量译作是否达到"翻译标准"也只能是相对而言。比较有效的方法是在对比中来鉴别译文质量的差异。现举一例：1965年越南作家友梅发表了短篇小说《Đôi Cánh》，描写了越南抗美战争时期年轻的越南空军痛击美国飞贼的感人故事。1966年，我国的《世界文学》和《解放军文艺》两本杂志几乎同时发表了这部作品的不同译文。刊载在《世界文学》的译文题目是《双翼》，载于《解放军文艺》的译文题目是《翅膀》。相比之下，我认为《双翼》优于《翅膀》。从忠实原文来看，《双翼》更为准确，《翅膀》没有把"đôi"（"一对"或"一双"）这个词的意思表达出来。从语言风格着眼，《双翼》也更为合适。小说《双翼》是描述对敌斗争的故事，题材严肃、庄重，越文标题是一个简练的双音节词组。译文《双翼》，无论是从语音对称还是语义表达来看，都与之完全对应；而《翅膀》却较口语化，与原作的题材及越文的表达不够吻合。当我读到赵玉兰教授的译本（以下简称"赵译本"）时，自然就会想到可与黄轶球先生的译本（以下简称"黄译本"）加以对比，从而能更准确地解读越文原著《金云翘传》。若有哪位越语界同仁有兴趣并肯下功夫将"黄译本"和"赵译本"的《金云翘传》逐句加以对比，并从理论与实践相结合的高度加以总结，定会对翻译教学大有裨益。

　　阮攸的《金云翘传》是一部长达3254句的六八体长篇叙事诗，也可称之为诗体小说。六八体是越南本民族的一种诗体，深受人民喜爱。诗体样式是上半句六字，下句半八字，如此反复，可长可短。它有两种押韵方式：脚韵和腰韵。句式的平仄也有一定的要求，一般是押平声韵。

　　翻译这样一部长篇叙事诗，首先要解决诗体问题。近体诗的格律过严，不适于译长诗；自由诗比较口语化，完全用这种诗体来翻译古典作品，尤其是深受中国传统文化影响的越南古典诗歌作品显然也不适宜。赵玉兰教授采用以古体诗为主，间以带有一定"古味"的自由体诗的方式来翻译是可取的。因为《金云翘传》中既有大量古朴典雅、韵味浓厚的诗句，也有一些民间谚语和人物的口语对话。

从"黄译本"可以看出，译者的古文修养深厚，译文的语言和风格都比较接近原作，作为国内第一个译本，功不可没。但由于译者对原文有些地方的理解不够准确，致使译文中产生不少偏误或错译。"赵译本"则纠正了这些错误。这里仅举几个比较典型的例子说明之：

249—250句：Mây Tần khóa kín song the,
　　　　　　Bụi hồng liệu nẻo đi về chiêm bao.

黄译：秦楼云锁绣帘垂，　　　　赵译：云遮雾挡何处寻，
　　　那得身化飞尘，自由来往。　　　　冀望梦中会佳人！

又如：543—544句：Ngoài nghìn dặm chốc ba đông,
　　　　　　　　　Mối sầu khi gỡ cho xong còn chầy.

黄译：千里外，祝三冬，　　　　赵译：相距千里远，时隔整三载，
　　　心潮起伏何时静！　　　　　　　欲解相思愁，尚须苦等待！

327—328句：Tháng tròn như gửi cung mây,
　　　　　　Trần trần một phận ấp cây đã liều.

黄译：耿耿此心，　　　　　　　赵译：一个月来，我萦梦牵魂，
　　　守株待兔，敢辞痴想？　　　　　不见你面，愿留"抱柱信"！

594句：Dẫu là đá cũng nát gan lọ người

黄译：纵使铁石心肠也生怜。　　　赵译：纵然是块石头也会断裂。

833—834句：Đào tiên đã bén tay phàm,
　　　　　　Thì vin cành quít cho cam sự đời.

黄译：仙桃佳种无人识，　　　　赵译：仙桃落在俗子手上，
　　　不爱仙桃爱柑橘。　　　　　　　美味难得何不先尝？

1879—1880句：Nhẹ như bấc nặng như chì
　　　　　　　Gỡ cho ra nợ còn gì là duyên

黄译：轻笑温言难再得，　　　　赵译：如此刑与罚，似轻实则重，
　　　问青春，还几余？　　　　　　　唯求了孽债，不再思缘情！

2120句：Biết người biết mặt biết lòng làm sao?

黄译：但要求先识那人模样。　　　赵译：然知人知面怎可知心？

2459—2460句：Lại riêng một lễ với nàng,
　　　　　　　Hai tên thể nữ ngọc vàng nghìn cân.

黄译：不独对翠翘特别重礼，　　　赵译：对夫人，备厚礼专送，
　　　两名彩女，也馈赠满筐。　　　　金玉千两，彩女两名。

从以上例举诗句的翻译来看，"赵译本"的译文无疑是比较符合原作

的，而"黄译本"的译文与原作差异较大，如第249—250句，译者在上半句中使用"秦楼"一词不妥，容易给人以"秦楼楚馆"之联想，下半句更是与原作之意风马牛不相及；第543句中的"祝三冬"一语不知何义。之所以把chốc译为"祝"，可能是译者混淆了chốc（瞬间）与chúc(祝)；第594句：Dẫu là đá cũng nát gan lọ người! 原文的意思是"纵然是块石头也会碎的，何况是人呢！"可能是译者见原文中有đá（石头）、gan（肝）和người（人）等词就想当然地认为是"铁石心肠"了，结果只能使译文与原作之意相去甚远；又如2459—2460句，原文上半句中的riêng是"单独"或"专门"（送一份礼物给翠翘），而译文却是恰恰相反，成了"不独"（送礼给翠翘），自然下半句也就跟着错了下来，将单送翠翘的礼物"两名彩女，金玉千斤"错误地理解为两名彩女也得到"馈赠满筐"！在"黄译本"中，类似的错译、误译还不止这些。

对《金云翘传》的翻译，在忠实原文的基础上，如何将译文诗句处理得更好，也很值得探讨。如第17句：Mai cốt cách tuyết tinh thần，在"黄译本"中是这样翻译的："真个是梅骨骼雪精神"，并加注"原句照录"。这样翻译固然可使读者了解原文作者如何使用汉语借词，也可看出阮攸在中国古文化方面的深厚功底，但从汉语表达来看，不大符合汉语规范。"赵译本"则译为"一个纯如雪，一个秀若梅"，既忠实原文的词句，又很易于读者理解。再如，第151—152句：Phong tư tài mạo tót vời, Vào trong phong nhã ra ngoài hào hoa. 这句诗描写的是金重之风姿才貌。在"黄译本"中是"天资才貌出众，内蕴雅度，外表雍容"。从字面上看，可以说译文与原作字字对应，做到了忠实原文，但诗句的韵味略显不足。在"赵译本"中则是"潇洒倜傥气质不凡，温文尔雅风度翩翩"。虽然从字面上看与原文有所不同，但诗句的内涵却表达得很充分得体。因此，我认为这样翻译更符合"信、达、雅"的标准。又如第2173句：Gươm đàn nửa gánh non sông một chèo. "黄译本"是"半肩琴剑，一把桨，飘过高山与海洋"，译文倒也符合原文，但不够"雅"，前半句"古色古香"，后半句却又"新潮时尚"。相比之下，"赵译本"的"半肩琴剑，一棹江山"，既表达了原意，又符合原文的风格。

纵观全文，不难发现，在"赵译本"中有多处译文不但与原文十分贴切，而且文辞流畅，诗意盎然。限于篇幅，仅举数例，其他佳句，由读者自己品味。

例如481—484句：Trong như tiếng hạc bay qua,
Đục như tiếng suối mới sa nửa vời.

Tiếng khoan như gió thoảng ngoài,

Tiếng mau sầm sập như trời đổ mưa.

时而声清，如鹤唳飞过，

时而音浊，似银泉天落。

时而调缓，如清风拂面，

时而拍急，似大雨滂沱。

这四句诗是描写翠翘的琴声，词句优美、铿锵悦耳，在越南可谓脍炙人口，人人皆知。译文将原文中的动态美体现得十分生动到位，而且诗句对仗，叶韵工整。

695—696句：Một mình nàng ngọn đèn khuya,

Áo dầm giọt lệ tóc se mối sầu.

少女夜无眠，唯与灯相伴，

泪湿鲛绡透，愁拨云发乱。

原文中虽然没有"夜无眠"，但整句诗已暗含此意，译者用"夜无眠"对仗"灯相伴"把翠翘的孤独寂寞表露无余。特别是译者将tóc se mối sầu译为"愁拨云发乱"更是很有创意，一个"拨"字竟把"愁"字激活，甚妙！

1525—1526句：Vầng trăng ai sẻ làm đôi,

Nửa in gối chiếc,nửa soi dặm trường.

是谁，忍将一轮明月两拆分？

半映床前孤枕妇，半照途中马上人！

这里，译文将"是谁"（ai）提到句首，再加上一个"忍"字，把女主人公的愤懑之情表达得淋漓尽致；译文将in译为"映"，将soi译为"照"也是很传神的。这句诗的原文并没有人物形象出现，但译者根据上下文的意思，大胆地加进了"孤枕妇"和"马上人"，更使译诗显得情景交融，形象生动。

阮攸在《金云翘传》创作中引用了不少中国成语、典故及古诗古书中的经典词语。据统计，采用中国诗词30多次，历史文化典故27次，引用《诗经》中的词句46次，其他典籍50次（转引自张辉《中越<金云翘传>之比较》，载于《中国东南亚研究会通讯》1997年第1期）。不过阮攸在引用中国古诗时，常有所改动，因此，从越文再译成中文时就不宜简单地将诗句"还原"，而也应适度变更。不难看出，在"赵译本"中已充分地注意到了这一点。

例如41—42句：Cỏ non xanh tận chân trời,

Cành lê trắng điểm một vài bông hoa.

这里是阮攸借用古诗"芳草连天碧，梨枝数点花"的意境。但却加了一个trắng（白）字，突显梨花的素雅之美。"赵译本"将这句诗处理为"芳草青青连天碧，梨花数点白依稀"，不仅把阮攸的改动完全地表达了出来，并且使得整句诗更显春意盎然。

再如1943—1944句：Sụt sùi giở nỗi đoạn trường,

　　　　　　　　Giọt châu tầm tã đượm tràng áo xanh.

这里，阮攸巧妙地套用了白居易《琵琶行》中"座中泣下谁最多，江州司马青衫湿"这句诗，但并非全句，而是只用了其中的几个词。"赵译本"译为"泣下最悲离肠苦，泪水扑簌青衫湿"， 既充分表达了原文的内容，又将引用的词语使用得恰到好处。

此次赵玉兰教授重译《金云翘传》是很有意义的。它将为中国读者阅读和欣赏越南古典名著推介一部佳作，将为东方文学和比较文学研究提供一个可信的译本，也是为加强中越两国之间的文化交流增砖添瓦。

赵玉兰教授是我多年的同事，我有幸先睹她的译稿，值此书即将出版之际，欣然写下个人的一些看法，是以为序。

傅成劼

2010年3月

前　言

　　《金云翘传》是18世纪末至19世纪初越南著名诗人阮攸的一部传世杰作。诗人以中国明末清初青心才人的小说《金云翘传》为蓝本，采用越南民族文字（喃字），并以越南民族最喜闻乐见的"六八体"诗歌之样式进行了成功的移植，创作了这部被誉为"大越千秋绝妙词"的长达3254行的不朽诗篇《金云翘传》，亦称《翘传》（以下称《翘传》）。

　　在越南，《翘传》自诞生至今近二百年来，其影响之大，读者之众，享誉之高都是独占鳌头，无与伦比的，一直是越南学界关注和研究的重要课题。近数十年来，随着比较文学研究的发展，《翘传》已逐渐走向了世界，被翻译成多种文字。目前已有法、中、英、俄、德、日、西班牙、波兰、捷克等国文字的译本。

　　目前在我国，用中文翻译的《翘传》有两个版本：一个是由黄轶球先生翻译的《金云翘传》（1959年由人民出版社出版，以下称"黄译本"）；另一个则是由罗长山先生翻译的《金云翘传》（2006年由越南文艺出版社出版，以下称"罗译本"）。近年来，越南学界对黄轶球先生的译本提出了不少批评。在此之前，我并未将阮攸的《翘传》原作与黄轶球先生的译本进行认真的逐句比对阅读，虽然在指导研究生研读该作品的过程中也发现"黄译本"存在着一些偏误或错译，但从译诗的文辞风格上看还是比较接近原作的。加之众所周知的"译诗难"，对于同一篇诗歌原作，不同的人会产生不同的理解和想象空间，因此译文与原作之间存在一定的"误差"也是常理之中的事。越南学界对"黄译本"提出的批评，可能源自中国学者董文成先生撰文对阮攸《金云翘传》所作的总体评价。董认为该作品"无论是在内容上还是艺术上，均未超过其摹仿底本——中国《金云翘传》的水平"，甚至"不如原作的思想水平和艺术水平"〔见董文成《中越〈金云翘传〉的比较》（上、下）分别载于《明清小说论丛》第四辑（1986年）、第五辑（1987年）〕。由此引起了越南学者的强烈不满而发文加以反驳，并将董文成对阮攸《翘传》评价的不当或偏颇归咎于黄轶球先生翻译的失真和错译。有越南学者发文明确地指出："这完全是由于该书的中文译本中有多处翻译失真甚至错译，从而使读者对原作产生了太多的误解所致。"甚至直言不讳，"我们不得不怀疑译者是否通晓越语，或者他的越语水平是否达到了能够翻译像《翘传》这样一部越南文学名著的水准。"（见〔越〕范秀珠：《ĐI GIỮA ĐÔI DÒNG》"漫步于两股文化潮流间"，河内：社会科学出版社1999年版）。越南学者阮克非也在一篇文章中表示了对此意见的赞同，并且还特别指出，"除了越南喃汉研究院图书馆收藏的以及在海外和胡志明市面世的由越南学者、华侨、越侨翻译的多个《翘传》中文译本之外，在中国，时至今日，还仅有黄轶球教授翻译的唯一的一个《翘传》中译本"（见 罗长山译《金云翘传》代序，越南文艺出版社2006年版）。台湾学者陈益原先生也认为，越南学者对于《翘传》中译本的意见是值得我们重视的，并期待能有一个理想的阮攸《翘传》汉译本。这使我深深地感受到了一种沉重的压力，并在认真地思考如何变压力为动力来弥补这一缺陷。

任何一部优秀的文学作品，在题材、体裁、风格等方面都带有属于它自己的特征或特点。作为一部越南古典文学名著，《翘传》具有不同于任何其他一部文学名著的独特之处。一方面是，作品取材于中国小说，其故事情节、人物形象，甚至人名、地名等都与蓝本小说青心才人的《金云翘传》几乎无异。作者利用自己具有深厚的汉文化修养之有利条件，从博大精深的中国文学、文化中借鉴和吸收了大量的精华元素，并使之自然流畅地融会于自己的作品之中；另一方面是，诗人阮攸采用了最富于民族特点的诗歌样式（"六八体"诗），最易于为越南人民理解和接受的大众化诗歌语言进行创作。因此，对《翘传》既不能将那些源自中国诗歌的诗句简单地进行"还原"，也不能将越南歌谣、俗语生硬地照搬到译文中来，以免译文的读者难解其意。而要将这样一部高浓度地融汇中、越文化精华的诗歌体长篇名著译成中文，并使译文既忠实于原著的内容，充分地表现原著的内涵和风格，又易于为译文的读者所理解和接受，这已远非一般意义上的"直译"或"意译"等方法所能处理得好和解决得了的。

我深知，对《翘传》这样一部有着特殊文化内涵的长篇诗作的翻译，难度是很大的，可以说是一项颇具挑战性的艺术工程。作为一个从事越南语言教学和文学研究的专业工作者，担此重任已是责无旁贷。因此，多年来我一直在不断地学习并借鉴前人经验和教训的基础上，努力将这部越南古典文学名著的艺术价值尽可能客观全面地展现给中国读者，并为中国的比较文学研究工作者提供一个较为符合原著的《翘传》中文译本，为中越两国的文学、文化交流贡献自己的绵薄之力。

至此，《金云翘传》重译的这一"工程"已基本告竣。尽管本人颇为尽心和努力，仍难免有疏漏或谬误，诚望各位专家、同仁批评指正。

赵玉兰

2010年3月于蓝旗营

阮攸和他的《金云翘传》

阮攸是19世纪以来越南人民最引以自豪的杰出诗人。他的《金云翘传》更是一部深深地扎根于越南人民心中的传世杰作。在越南，《金云翘传》可以说家喻户晓，妇孺皆知。它不仅奠定了诗人在越南文学发展历史中独领风骚的地位，也为诗人走向世界铺平了道路。1964年12月，世界和平理事会在柏林举行会议，决定授予越南诗人阮攸"世界文化名人"的荣誉称号。

一、越南民族的大文豪，大诗人阮攸

阮攸（Nguyễn Du，1765—1820），字素如，号清轩，别号：鸿山猎户，南海钓徒。出生于升龙（今河内），祖籍为越南河静省宜春县仙田乡。阮攸生长在一个世代为官的簪缨世家。从黎朝、莫朝到"黎皇郑主"时期，及至阮朝，仙田阮氏家族皆不乏在朝为官之士，其中多人科考高中进士，举人、秀才更不计其数，成为当地家喻户晓的大家望族。在黎—郑时期，仅仙田阮氏一家就有三个进士，即阮攸的生父阮俨（Nguyễn Nghiễm）、伯父阮惠（Nguyễn Huệ）及同父异母长兄阮侃（Nghuyễn Khản）。父亲阮俨官至户部尚书，曾与长子阮侃同朝为官。当时在社会上曾流传着这样一句民谣："何时鸿山无树，赭江[1]无水，这个家族方无官"，其声誉卓著可见一斑。阮氏家族不仅在政治上地位显赫，在文学方面也是人才辈出。18—19世纪越南文坛出现的"鸿山文派"，其中的骨干力量就是仙田阮氏家族中众多的文人才子。在越南"四大古典文学名著"的作者中，有两位同时代的作者就是出自这个家族，即《金云翘传》的作者阮攸和《花笺传》的作者阮辉似（Nguyễn Huy Tự）。

阮攸自幼聪颖好学，加上书香门第，家学渊源的优越条件，使他在文学修养方面从早期就受到得天独厚的培养和熏陶，为其后来在文学创作上的成功奠定了坚实的基础。然而，阮攸所处的时代是封建制度濒临崩溃的前夕，长期以来内战连绵，人民饱受苦难。正值他年适科考之时，摇摇欲坠的黎朝已无暇顾及开科取士之事，他只于1783年参加了一次乡试，考中三场(秀才)之后，便再无进一步高中进士和金榜题名的机会。

1　赭江（sông Rum）属蓝江的一个支流，在宜春县境内，流经仙田，现已干涸。

　　1787年，由阮惠（1752—1792）[1]率领的西山农民起义推翻了黎朝，建立了西山王朝。由于阮氏家族世代效忠黎氏朝廷，在思想上对西山起义具有一种本能的抵触甚至对抗，故在黎氏王朝逐渐衰落，西山起义爆发等重大的社会变动中，阮攸的家庭也受到了深刻的影响，发生了巨大的变化。在阮攸十多岁时，家道开始衰落。父母相继辞世，兄长阮侃遭革职。后来，其他几个兄弟也皆因反对西山军而被追捕外逃，甚至还有被关押、囚禁的。阮攸本人也因一心企望匡扶黎朝，曾与妻兄段阮俊谋反未成而遭到西山军抓捕、关押几个月。得释后，他不得不暂居妻子娘家以避祸端。1792年光中皇帝驾崩，次年阮攸回到家乡仙田。此时诗人的心情万念俱灰，只好在垂钓、打猎中寻找慰藉。其别号"鸿山猎户"和"南海钓徒"就是产生于这一时期。阮攸在困境中辗转十余载，使他有机会接触社会的下层百姓，熟悉劳动人民的生活和他们的语言，得以从民间文学中汲取丰富的营养。这不仅使他的作品得到提炼和升华，同时也为他在弘扬民族文化中作出巨大贡献打下了坚实的基础。

　　1802年，阮福映灭西山朝后登基称帝（年号嘉隆），建立了越南历史上最后一个封建王朝。为了聚拢人才，朝廷数次征聘阮攸，他推辞不过决定出仕，于嘉隆元年出任芙蓉知县，后升为常信知府。1813年受封勤政殿学士，并奉命出使中国（1813—1814）。回国后晋升为礼部右参知。1820年，嘉龙帝崩，明命继位，命阮攸率团前往中国求封。但未及启程，阮攸就染疫辞世。

　　阮攸精通汉文，见多识广，以其卓越的才华为越南留下了许多宝贵的文学遗产。除了《金云翘传》之外，还有几部诗集，如《清轩诗集》、《南中杂吟》、《北行杂录》等。其中《北行杂录》是阮攸专门记录出使中国经历的一部诗集，共写下一百多首汉文诗。诗人以其深厚的汉文功力展现了他对中国历史、文化的深刻了解，并用饱含文采的笔墨抒发了自己北上赴任一路的所见、所闻、所感，对诗人所景仰和感服的中国历史人物、骚人墨客、政治"知音"抒发了自己的无限感慨之情。例如，诗人在一首题为《湘潭吊三闾大夫》（之二）中写道：

　　楚国冤魂葬此中，烟波一望杳无穷。直交宪令行天下，何有离骚继国风。

　　千古谁人怜独醒，四方何处托孤忠？近时每好为奇服，所佩椒兰更不同。

　　1　与阮攸伯父同名的越南西山朝光中皇帝。

诗中表达了阮攸对中国诗人屈原的由衷钦佩，并为屈原的命运深感不平，同时也十分自然地流露出诗人本身那近乎孤芳自赏的性情。我们从这首诗的内容、风格上便可管窥阮攸在中国文学方面的精深造诣以及他对中国文化的通晓和谙熟。类似的还有《耒阳杜少陵墓》、《桃花潭李青莲旧迹》、《柳下惠墓》、《登岳阳楼》、《铜雀台》等多首诗作。正是因为阮攸具有如此深厚的中国文化、文学底蕴，所以他在《金云翘传》的创作中，对从中国文学、文化中汲取的精华元素运用得游刃有余，发挥得淋漓尽致。对《金云翘传》的成功创作起到了极其重要的作用。

二、阮攸的传世杰作《金云翘传》

阮攸的六八体长诗《金云翘传》是以中国青心才人的小说《金云翘传》为蓝本，用越南的民族文字（喃字）移植创作的一部文学杰作。全诗长达3254句。书名最初为《断肠新声》，后改为《金云翘传》。

中国明末清初年间，出现了署名青心才人的一部章回小说，名为《金云翘传》，是以一个在社会上流传已久的故事为原型进行创作的。青心才人的《金云翘传》对于明清文学的发展确实产生过一定的影响，还曾经传播到韩国、日本。但在浩如烟海的中国文学作品中，它还不能算是一部深受推崇的小说，它同其他类似题材和体裁的才子佳人故事一样，只流传于民间市井，而非"名著"，因此，流传下来的文本极少。目前能见到的只有大连图书馆存藏的善本。原书封面题为"圣叹外书 贯华堂评论金云翘传目录"。后经专家校点，于1983年由辽宁春风出版社出版了"青心才人编次"的"明末清初小说"《金云翘传》。

阮攸的《金云翘传》与青心才人的《金云翘传》虽然在故事的内容、人物及情节等方面均无大异，甚至连作品中的人名、地名也完全相同，但阮攸的《金云翘传》对越南社会的影响之大，流传和普及之广则是中国青心才人的《金云翘传》所无法望其项背的。

阮攸的《金云翘传》是以王翠翘的红颜薄命之人生遭际为主线，演绎而成的一个充满坎坷曲折、悲欢离合的爱情故事。全诗长达3254句。最初名为《断肠新声》，后来由作者的好友范贵适（Phạm Quý Thích）将其改名为《金云翘新传》，并题诗一首：

佳人不是到钱塘，半世烟花债未尝。
玉面岂应埋水国，冰心自可对金郎。
断肠梦里情缘了，薄命琴终怨恨长。
一片才情千古累，新声到底为谁伤！

据越南学界考证，范贵适是将作品进行木板刻印之第一人。在其后的近二百年间，大量的喃字版、现代越语版的版本陆续刊行，书名也曾几经变更，现在，越南人普遍习惯称之为《翘传》。

《金云翘传》自问世以来就深受越南人民的喜爱，并在人民群众中广泛传诵，可谓风靡全国，妇孺皆知。一些不识字的文盲也能随口背诵诗中的不少句子或段落。越南民众不仅喜欢吟诵《金云翘传》中的精彩章节来抒发感情，还喜欢摘用其中的某些诗句、成语或典故来作谜底，进行猜谜游戏；或通过从中抽签抓阄，借以占卜吉凶，推测成败。比如，预测做官有无升迁的希望，能否打赢一场官司，生意能不能赚钱，甚至孩子能否顺利升学，等等。

《金云翘传》中的很多精美、练达的词句早已成为越南人民通常使用的成语、谚语，变成了使用频率很高的大众语言。2000年，越南出版了由阮麟（Nguyễn Lân）教授编撰的一部颇具权威性的辞典——《越南词语辞典》里所收集的词、语及例句，很多都是摘引自《金云翘传》。有研究学者甚至总结了《金云翘传》在越南创下了若干个"第一"或"之最"。比如，《金云翘传》是：第一部使越南作者跻身于世界文化名人的文学作品；是第一部被搬上越南银幕的文学作品；是拥有读者最多，并最受群众喜欢吟诵的文学作品；是产生谜语和佳话故事最多的文学作品，等等。[1]

阮攸的《金云翘传》是用当时越南的民族文字——喃字写成的。遗憾的是至今未能找到作者的原稿，流传下来的喃字版本皆为民间或官方的手抄本或刻印本。据越南学者范德勋（Phạm Đức Huân）的研究考证表明，至今已有包括喃字版和国语（即现代越语）版《翘传》50多个版本。从最早由张永记(Trương Vĩnh Ký)将喃字版《翘传》按语音翻成现代越语版，并于1898年以《金云翘传》为书名出版至今，已有27种现代越语版的《翘传》(见 Phạm Đức Huân：《Truyện Kiều-Hướng về nguyên tác》，NXB Văn hóa-Thông tin，2008.)。

在《金云翘传》成书时间的问题上，至今越南学者们仍意见不一。有人说，阮攸见到中国青心才人的《金云翘传》应为诗人出使中国期间（1813—1814年），也就是说，成书的时间应在他回国之后，即不早于1814年；但也有人认为阮攸在出使中国之前就已接触到了青心才人的小说。因此也不能排除《金云翘传》成书于1813年之前的可能。持这一观点的推理依据是，阮攸在出使中国时已官位显赫，这就决定了他不可能刻意跟朝廷作对，公然在自己的作品中歌颂被统治阶级视为心腹之患的代表人

1　Phạm Đan Quế：《Truyện Kiều & những kỷ lục》NXB Thanh ni ê n，2005.

物徐海。 至于为什么他能在出使中国之前就看到青心才人的小说的问题，也并不难解释，因为早在阮攸之前，阮氏家族中就有阮辉莹（Nguyễn Huy Oánh）出使中国(1763)，并从中国带回了不少书籍，在京城顺化附近开了一所图书馆。阮攸常到那里读书，自然有机会接触到大量的中国文学作品，包括青心才人的《金云翘传》。然而，至今这两种意见也都只是各自的推理和分析，并没有充分的依据。2008年，越南学者范德勋根据种种理由明确地推断"阮攸的《断肠新声》即《金云翘新传》产生于西山朝时期（1786—1801）"，为"出使之前"派的观点增添了一定的说服力。[1]

总之，近二百年来，阮攸的《翘传》已经"融入每一个越南国民的血肉之中"。上个世纪30年代，一位越南学者范琼说得更为形象，"一个国家不能没有国花，《翘传》就是我国的国花；一个国家不能没有国粹，《翘传》就是我国的国粹；一个国家不能没有国魂，《翘传》就是我国的国魂。"并发出了曾经在越南广为流传的口号："《翘传》在，则越语在，越语在，则越南在！"（Truyền Kiều còn, tiếng ta còn; tiếng ta còn, nước ta còn），由此可见阮攸和他的《金云翘传》在越南人民心目中的地位之高！

1　Phạm Đức Huân:《Truyện Kiều-Hướng về nguyên tác》tr.17,NXB Văn hóa-Thông tin，2008.

越南汉喃研究院藏阮朝同庆三年《金云翘传》书影

清代广东佛山刻板《金云翘传》

喃字版《金云翘传》书影

金云翘传

阮攸

第一卷

百年人生途未央，

才命偏作两相妨。

历经一场沧桑变，

所见之事甚堪伤。

5 彼啬斯丰不足奇，[1]

天妒红颜成惯常。

灯下披卷览今古，

风情故事史有录。[2]

书载明朝嘉靖年，

10 四海平静两京安。[3]

有一位王姓员外郎，

二女一子，家道小康。

最末的是男孩名王观，

秉父望承门第书香。

15 长女翠翘，次女翠云，

丽质天生，娇美绝伦。

一个纯如雪，一个秀若梅，

虽风姿各异，皆出类拔萃。

翠云气质端庄非凡，

20 面如满月娥眉舒展。[4]

音似玉铃，笑颜如花，

雪逊肌肤，云输秀发。

1　原作"彼啬斯丰"之"彼"和"斯"为代词，相当于现代汉语中"这"、"那"；"啬"意为"少"
　　或"薄"，相对"啬"而言的"丰"则意为"多"或"厚"。联系前四句诗的内容，此句诗
　　的意思是，一个人在才华和幸福这两个方面不可兼而得之。

2　喃字"固"在现代越南中有两个义项，一为 cổ 即"古"义，一为 có 即"有"义。在越南学者中，
　　有人取前一个义项（古），将喃字"风情固録"理解为一部作品之名而译为"风情古录"，
　　但在中国古代小说中至今未查出有《风情古录》一书。而"有"（表示"存在"）的义项在
　　诗句中则完全讲得通，也较为合理，故译文采用后者。

3　"两京"为中国明朝时期的北京和南京。

4　原作如此，有可能受中国古代妇女（如唐代杨贵妃）以体态丰腴为美的审美观影响。

翠翘聪颖清纯，
更兼才色超群。

25　眉若春山秀，眸似秋水滢，
　　惹得那，花妒娇红柳忌青。
　　论容颜，足以倾国倾城，
　　比才华，亦可风骚独领。
　　聪明灵慧本天赋，

30　兼工诗画善吟咏。
　　通晓五音宫商，[1]
　　胡琴艺压群芳。
　　乐章琴曲亲手谱创，
　　一曲"薄命"令人感伤。

35　风姿优雅冠红裙，
　　笄年岁月正青春。
　　静待闺中，幔卷帘垂自安然，
　　任凭墙外，蝶涌蜂飞闹喧天。

第 二 卷

　　春意盎然，燕子穿梭，
40　九十韶光，六十已过。[2]
　　芳草青青连天碧，
　　梨花数点白依稀。
　　转眼三月清明至，
　　又到扫墓踏青时。

45　姐弟携手，郊外远足，
　　一路风光，莺飞燕舞。
　　才子佳人，熙来攘往，
　　好一派车水人潮景象！
　　旧冢新坟满目凄然，

1　"宫商"为古代音乐五音（宫、商、角、徵、羽）中之音名，在本句诗中泛指音乐。
2　借用清代诗人黄仲则《三月一日道中偶成》诗句"三分花事二分去，九十春光六十过"之意境，
　　原作为"韶光"，与"春光"义同，故用。

50　冥钱灰烬漫天飘散。
　　夕阳西下天色渐晚，
　　姐弟怅然携手回返。
　　三人沿着一条小溪走去，
　　放眼望，一路景色清凄。

55　蜿蜒溪水流淌潺潺，
　　拱形小桥横跨两岸。
　　忽见一座孤坟卧路旁，
　　坟上杂草已大半枯黄。
　　翠翘问道："时值清明，

60　缘何这里如此冷清？"
　　王观细解个中原因：
　　"此为歌女淡仙之坟。[1]
　　其才色出众，名传远近，
　　引蜂蝶纷至，纵情销魂。

65　怎奈，一红颜薄命之人，
　　岁正青春，却天香骤殒！
　　有客来自远方，
　　慕名前来探访。
　　怎知，一叶情舟刚靠岸，

70　却闻，佳人已玉碎香残！
　　人去楼空，一片静寂倍凄清，
　　苔遮草掩，昔日车辙已无踪。
　　诉不尽，心中的伤悲和遗憾：
　　想不到，我与你竟如此无缘！

75　既然今生相会无望，
　　但求来世夙愿得偿！
　　送她远行，他选备珠车梓棺，
　　一座孤坟，与荒草野花为伴。
　　金乌玉兔交替升沉，年复一年，

80　一座无主之墓，谁人前来祭奠！"
　　翠翘性本多愁善感，

1　中国青心才人编次小说《金云翘传》中的一位歌女，名刘淡仙。

此时不禁泪流满面：
　　"身为女人，多么可怜，
　　所谓'薄命'，同属天下红颜！
85 苍天，你为何如此无情？
　　竟让青春早逝鲜花凋零！
　　可怜她，生前曾为万人妻，
　　死后却成无夫鬼，独忍孤寂！
　　想当初，是谁与她鸾凤同衾，
90 是谁对她千般娇宠，万般爱怜？
　　时至今日，早已无人将她挂怀，
　　让我焚香一束，在此将她祭拜。
　　算作与她不期之遇，
　　黄泉之人或可感知？"
95 墓前，翠翘低声喃喃祷唸，
　　几次叩拜，方欲起身回返。
　　夕阳余晖斜照，草木倍显枯槁，
　　芦苇风中摇曳，更添几分瑟萧。
　　翠翘随手摘下头簪，
100 一首四绝刻于树干。
　　此时，她更心神恍惚，
　　默默无言，良久驻足。
　　只见她，容颜憔悴神情黯然，
　　心中愁思缕缕，双眸泪水涟涟。
105 翠云道："姐姐实在好笑，
　　泪多竟哭古人，自寻烦恼！"
　　翠翘道："自古红颜皆命薄，
　　命途之舛，谁能躲过或逃脱！
　　每每想到这些，心中不寒而栗，
110 见她长眠于此，我之命运堪虞。"
　　王观忙劝解："姐姐何出此言？
　　彼此事不相干，岂可混为一谈！
　　这里阴气太重，不宜久留，
　　天色已晚，归途尚远应快走！"

115 翠翘道："凡才华精英之人，
逝去的是躯体，灵魂则永存！
说不定，我能以情会情，
等等看，或可见她显灵。"
翠翘话音未落，

120 天空突然狂风大作。
霎时间，树木枝折叶落，
似有缕缕暗香随风飘过。
顺着风头的方向望去，
青苔上见有足迹清晰。

125 众人惊恐，面面相觑，
翠翘道："此乃精诚所系！
我与她，因情而会，
不拘幽明方为姐妹。"
见她已真诚显灵，

130 遂再次赋诗谢情。
此时，翠翘心中诗意荡漾，
树干上，又刻下古风四行。
她欲去还留，正犹豫未定，
忽闻，远处传来金马铃声。

135 举目望去，见一位儒雅书生，
手执缰绳，任马儿悠然前行。
身携半空风月行囊，
几个小童紧随身旁。
骑着一匹鬃毛如雪的白驹，

140 袍服与蓝天碧草浑然一体。
那人渐行渐近，已能看清面容，
随即纵身下马，上前寒暄叙情。
一双纹履在草上移动，
宛若琼林瑶树映苍穹。

145 见是熟人，王观上前相迎，
两姐妹羞却，忙藏身花丛。
此人原非远客，曾为近邻，

姓金名重，出身簪缨之门。
其家道殷实，其才华出众，
150 可谓，地蕴文采天赋聪明。
潇洒倜傥，气质超凡，
温文尔雅，风度翩翩。
两家人曾是同乡邻里，
与王观素有同窗之谊。
155 久闻香邻屋藏娇，
铜雀春深锁"二乔"。[1]
然近在咫尺，却如隔关山，
只能倾慕于心，幽思暗恋。
今日有幸，得此邂逅之会，
160 实乃斗草遇花，心愿得遂！[2]
远处瞥见，两姐妹倩影娉婷，
实可谓，春兰秋菊难分伯仲。
国色与天才，邂逅巧相逢，
心虽已钟情，外表仍持重。
165 心神难安，似醉似醒，
辞别不舍，欲留不能。
眼见霞晖渐淡，心中愁思更添，
他已上马离去，她仍目送渐远。
桥下，溪水清澈流淌淙淙，
170 岸边，夕阳斜照柳丝青青。

翠翘回到绣房，
初更漏钟已响。
天上明月窥窗棂，
银波满庭笼树影。
175 海棠枝头弯向东邻，
叶面露珠滚落纷纷。
寂寞闺中，翠翘对月长叹，

---

1 原作借用（唐）杜牧《赤壁》之诗句。
2 "斗草"为我国旧时春夏间流行于民间的一种游戏。《荆楚岁时记》:五月五日，四民踏百草，又称斗草之戏。

思近虑远，不禁感慨万千：

"歌女此生，万事皆休，

180　曾经的繁华，顷刻化乌有！

为何与他不期而遇，

莫非此乃因缘相聚？"

思绪万千，心事重重，

遂书佳句，寄情诗中。

185　浑不觉，月儿西斜照深闺，

凭栏独坐，少女昏昏入睡。

忽见，眼前一位丽人，

体态婀娜，风韵清新。

如霜染面，似雪披身，

190　莲步轻移，若远若近。

翠翘上前，亲切询问：

"可是桃源迷路，误入此门？"[1]

答曰："此乃'声应气求'，[2]

白天曾相会，你尚记否？

195　寒舍本在西天，

门前小桥流水潺潺。

承蒙下顾，今幸遇相见，

所赐诗章，皆珠玉之言。

我已将诗作向'会主'面呈，[3]

200　断肠谱上，见到你的芳名。

或许，这就是'果劫因缘'，[4]

想不到，你我竟是同会同船！[5]

这是刚拟就的诗题十首，

还请生花妙笔逐一和就。"

205　翠翘听罢欣然答应，

1　原作借典"桃源（桃花源）"，意指一片与世隔绝的乐土，系晋人陶潜所虚构。后世因以桃源喻指隐居胜地或仙境。

2　即"同声相应，同气相求"，谓具有相同性质的事物互相感应，志趣相同的人互相响应。

3　青心才人编次小说《金云翘传》中之"会主"为"断肠会教主"。

4　原作如此，源自佛家语，意为"今生果由前世因，今世因结来生果"。

5　"同会同船"为越南成语，意为同路之人。其中的"会"为"断肠会"。中文读者并不难理解，故译文保留原作成语。

十首吟曲一气呵成。
那女子感动不已，心中赞叹：
　"果然是锦心绣口，价值非凡！
此诗若入'断肠'诗集，
210　定拔头筹，无人能敌！"
台阶前，女子转身回返，
翠翘欲挽留，与她叙谈。
忽然，一阵风吹帘动，
少女惊醒，方知是梦。
215　定神望，早已不见梦中人，
似有残香缭绕，余馨未尽。
夜阑人静，不禁心中忧虑，
想到未来，更是不寒而栗。
无可奈何萍漂花落，
220　怎知我的缘命结果！
满腹心事如波涛迭起，
几度思虑，几阵啜泣。
帐中哭声惊动了母亲，
慈母来床边殷切询问：
225　"吾儿缘何深夜不寐，
面似梨花带雨，独自垂泪？"
翠翘道："女儿自叹年纪尚小，
双亲鞠育之恩，至今丝毫未报！
日间出游，路遇淡仙之墓，
230　归来入梦，竟与其魂相晤。
她先对儿详解何谓断肠之命，
又出十样诗题让儿逐一和应。
醒后细想，此梦不祥，
儿恐难逃厄运一场！"
235　母亲安慰道："梦兆无凭，
吾儿何苦烦恼自生！"
老母温情解儿忧，

翠翘满面湘泪流。[1]
窗外，黄莺声声细语，
240 墙头，飘过丝丝柳絮。
天上残月斜照屋檐，
少女之忧唯藏心间。

多情人总为情所牵，
有谁能解情丝缠绵！
245 金重自从回到书房，
佳人倩影，萦绕心头难忘。
一日太漫长，恍如隔三年，
相思愁难解，欲解愁更添。
雾锁秦云何处寻，[2]
250 唯冀梦中会佳人！
几度月缺月圆，几番油尽灯干，
苦相思难相见，令他意乱心烦。
书房凄清，倍觉寒冷，
笔已粘毫，琴已弦松。
255 忽见湘帘动，犹如风拨弦，
闻香思念增，更觉茶味淡。
"我与她，若非姻缘前定，
何以倾城之貌撩我心动？"
忆景思人，心中茫然，
260 想到邂逅之地，立刻起身重返。
然而，只见野草清泉，
哪有佳人倩影再现！
夕阳清风，撩人心愁倍增，
芦苇摇曳，犹似笑他痴情。
265 满腹心事，苦苦思念，

---

1 原作之"湘泪"即"湘妃泪"（亦称"竹上泪"），典出"湘妃悲舜，泪染斑竹"的传说〔参见（晋）
  张华《博物志》卷八〕。在此处用"湘泪"或"湘妃泪"之典，可理解为作者偏重于从诗
  句文雅的角度考虑，故按原文照译。
2 中国古代有"秦云如美女"之说，故对原作中的"秦云"，可理解为喻指少女翠翘。

疾赴蓝桥，冀望遂愿。¹

只见，一座高墙深宅挡在面前，

御沟红叶遇阻，青鸟传书路断。²

柳丝绦绦轻垂，犹如重重幔帐相隔，

270 黄莺声声鸣叫，似将痴情人儿奚落。

眼前，几道栓横门紧闭，

满地落红，可知人在哪里？

徘徊良久，门外驻足观看，

屋后，见有一座宅第出现。

275 房主是一位吴越商贾，³

远行未归，屋空无人居住。

金生以游学为由，租下此房，

搬来书囊、琴袋，安顿停当。

满园花草树木、奇石假山，

280 更有"览翠轩"金字门匾。

他心中暗喜：轩名如此巧合，

莫非三生之缘果系天作？

随即将窗子半开半掩，

以便随时向芳邻窥探。

285 虽然近在咫尺，无奈洞锁源封，⁴

层层云遮雾挡，难见佳人娇容！

金重在此客居，

转眼时已月余。

这一天，阳光和煦云淡风轻，

290 隔墙见，桃树下一倩影朦胧。

忙抛琴整衣，疾步匆匆赶去，

---

1 原作之"蓝桥"为地名，借典中国古代传说，为裴航遇仙女云英居处，有诗曰："一饮琼浆百感生，玄霜捣尽见云英，蓝桥本是神仙窟，何必崎岖上玉京。"（参见《太平广记·裴航》）。

2 原作中"红叶"、"青鸟"系借用中国成语典故"御沟红叶"（亦作"御沟流叶"）和"青鸟传书"。

3 原作之"吴越商家"，意谓吴越一带的行商。在古代中国，吴为江苏南部和浙江北部，越为浙江东部。

4 原作借用中国古代神话刘晨、阮肇入天台山采药遇仙的故事。刘、阮于桃源洞邂逅二位仙女后回到人间。后来，当他们再到天台山去寻找仙女时，却见洞口已锁。

然香气犹存，却无佳人踪迹。

沿着花墙，他信步徘徊，

见桃枝上挂着一枚金钗。

295 取下金钗回房，不禁心中生疑：

"此乃闺中之物，缘何落入此地？

莫非，宝物主人就是那位佳丽？

若非有缘，怎可有此幸遇良机！"

他手抚金钗，夜不成眠，

300 屋中似有沉香之气飘散。

翌日清晨，果见一位少女，

神情忧虑，沿墙低头寻觅。

金重先是有意静观，

然后隔墙发话试探：

305 "拾得金钗纯属偶然，

但不知，如何可使合浦珠还？"[1]

墙那边传来少女声音：

"感佩君子坦荡之心！

区区一枚头钗，价值几何，

310 贵在君子轻财重义之德！"

金重答曰："彼此相邻，

常言道，近邻胜于远亲。

此物使我香泽得闻，

聊慰一颗苦闷之心。

315 这一天，我苦苦等待已久，

些许心意欲表，还请稍候。"

金重急忙回房取赠品：

一对金钏和一方罗巾。[2]

蹬梯翻墙一看，心中暗喜：

320 果然是那日邂逅之佳丽！

少女羞怯，急忙转身回避，

---

1 原作借用中国成语典故"合浦还珠"。典出《后汉书·孟尝传》。

2 原作此处为"金钏"，同后面出现的同一物品在名称上有所差异，如第354句为"金环"，第735句为"金钗"，有可能是作者笔误或后人传抄之误，为使同一物件的名称前后一致，译文采用作品中第一次出现的名称，统一译为"金钏"（金镯子）。

他双目凝视，她低头不语。

金生道："自从偶然与你相会，

我朝思暮念，身心俱感疲惫。

325　容颜憔悴，骨似梅枝，

谁曾料想，竟有今日！

一个月来，我萦梦牵魂，

见不到你，愿存'抱柱信'！[1]

借问一句，还请回示分明，

330　高高镜台，可曾映照萍踪？"[2]

翠翘犹豫片刻，回答从容：

"家世清纯，质本菲葑。[3]

纵然已该谈婚论嫁，

亦应遵从父母之命。

335　爱花而惜柳，深知君情重，

然我年尚小，怎敢自应承？"

金生道："风雨莫测，

机缘巧遇千载难得！

若不念此情痴意迷，

340　我受煎熬，于你何益？

不妨先有一言之诺，

定情之后再虑媒妁。

如若苍天罔顾此心，

我愿舍弃一世青春！

345　倘若你不肯海涵包容，

我苦心追求将成泡影！"

默默聆听金重坦陈心声，

翠翘感动于心羞赧于容。

因答道："彼此初会尚陌生，

350　情义本应存于心中。

1　原作借用中国典故"抱柱信"。典出《庄子·盗跖》："尾声与女子期于梁下，女子不来，
　　水至不去，抱梁柱而死。"后因用作坚守信约的典故。诗人李白有感于此曾写诗云："长存
　　抱柱信，岂上望夫台。"

2　原作如此。金重喻翠翘为"镜台"，自比"萍踪"，渺小而平凡，难以被镜子照见，寓意：
　　未知可曾得到翠翘青睐。

3　"葑"和"菲"是两种普通的可食用植物，根茎和叶均可供食用。后用"葑菲"表示尚有
　　一德可取的意思（见《诗经·邶风·谷风》）。原作借用"葑"、"菲"喻指质朴。

既蒙君真情爱宠，
愿金石盟誓定情。"
闻听此言，金重不禁心花怒放，
遂将红巾、金钏递至佳人手上。[1]

355 因道："一世姻缘始于今日，
以此微物为信，纪念永志！"
翠翘亦施礼回赠，
将锦帕、葵扇并金钗交与金生。
细语缠绵如漆似胶，

360 忽闻墙外人声喧闹。
急忙躲避，相互分手，
他返书斋，她回妆楼。
自从，金石盟誓心相知，
彼此，意更缠绵情更痴！

365 一道湘江水虽浅，
头尾相顾难相见。[2]
高墙霜雪严相阻，
书简难传盼鸿雁！

日月升沉，光阴荏苒，
370 绿暗红稀，春去渐远。[3]
这一天，时值外家寿辰，
双亲拟携弟、妹去尽孝心。
整冠更衣，备齐贺礼，
前往祝寿，一路欢愉。

375 兰室独守，翠翘心中暗喜：
此乃与金郎相会之良机！
备好各种果珍时鲜，
轻移金莲来到墙边。
隔花，翠翘低声唤金郎，
380 那边，金重正翘首张望。

---

1 陶维英版为"金钗"，似不甚合理。参照其他现代越文版本，如阮才僮、阮石江等版本皆为"金钏"，译者认为此说较为合理，故采用之。

2 原作借用中国典故梁意娘寄李生诗句之意："君在湘江头，妾在湘江尾。相思不相见，同饮湘江水。"（见《情史》卷三）

3 原作"绿暗红稀"系借用《西厢记》之句："绿暗红稀春去也"。

他怨道："你为何如此冷漠，
竟置凉刚点燃的香火！
我心装满了思念与惆怅，
岁正青春就已鬓发染霜！"

385 翠翘答道："风雨阻隔缠牵，
冷落知音，实因多有不便。
今日家中无人，良机难寻，
特来答谢君之意厚情深。"
金重沿着假山绕行，

390 墙尽头处，似有一新辟路径。
忙卷衣袖，将桃源洞锁打开，
驱云拨雾，果见有路通"天台"！ [1]
终于得相会，难掩心中喜，
她万福问候，他抱拳回礼。

395 双双来到金重书房，
柔情万般互诉衷肠。
案上摆着笔架诗筒，
墙挂一幅水墨青松。
挺拔之气宛若天成，

400 翠翘看罢赞叹连声。
金重道："拙画甫作，
还请妙笔题诗增色。"
翠翘欣然提笔，
赠诗四言绝句。

405 金重惊叹："实乃字字珠玑，
班娘、谢女也不过如许！ [2]
如若我前世修行不深，
怎可有此厚福，这般幸运！"
翠翘道："窃观君之气质精神，

410 日后，非登玉堂即入金门！ [3]

---

1 参见第 285 句注释。
2 原作"班娘"、"谢女"分别为西汉才女班婕妤、东晋女诗人谢道蕴。
3 原作借用中国典故"金马玉堂"。金马为汉代未央宫门名，汉武帝使学士待诏门前。玉堂
是古代官署名，汉代侍中有玉堂署，宋代以后翰林院也称玉堂。才学卓著者方可被进擢为
金马、玉堂。

我却命薄如蝉翼，
怎知苍天肯将良缘赐予？
忆当年孩童时光，
有相士观我面相。

415 说我英华外露，
才华一世，命薄千秋。
看看你，再想想自己，
一厚一薄，能否相宜？"
金生道："邂逅即为缘，

420 人胜天之事，自古非罕见。
天若有不测，好事终难成，
我愿舍此身，履践金石盟！"
恩爱情深，衷肠互诉不尽，
春心荡漾，举杯琼浆共饮。

425 两情相悦，更嫌春日短，
不知不觉，金乌已衔山。
家中无人，不便久留，
翠翘告辞，回返妆楼。
此时，见有消息传至，

430 宴席尚未散，双亲归将迟。
于是，她匆匆放下外门帘，
抄捷径，疾步夜赴览翠轩。
树梢间，月影婆娑时淡时浓，
书房中，灯光摇曳若暗若明。

435 金生倚案朦胧睡去，
似睡犹醒梦境依稀。
忽闻脚步声，惊断槐安梦，¹
月移花影近，再现佳人容。
莫非，幸遇巫山神女？

440 或是春夜相思在梦里？
翠翘道："万籁俱寂夜茫茫，
为寻花儿，哪管得路险途长。

---

1 原作为"槐梦"，系借用中国成语典故"南柯一梦"，亦称"槐安梦"。

今日相会，难得如此好时光，
焉知日后，会不会如梦一场！"

445 金重忙施礼，喜迎佳人来，
双桃炉续香，添烛在莲台。
金石之誓言，共书锦笺上，
抽刀剪云发，珍藏勿相忘。
天上皓月当空，

450 彼此互诉衷情。
相互叮咛，情深万般，
百年同心，相爱永远。
霞杯琼浆，开怀畅饮，
罗带飘香，镜映红裙。

455 金重道："如此明月清风，
我尚有心愿未竟。
蓝桥玉杵霜未捣，
是恐情切现轻佻？"
翠翘答曰："红叶赤绳，

460 誓言已为相知明证。
切勿生弄花戏月之举，
除此之外，妾无所不依。"
金重道："夙仰琴台盛名，
高山流水，已让钟期久等。" [1]

465 翠翘道："区区薄技何足过誉，
承蒙君之情，我自当献曲。"
后墙上方，挂着一把月琴，
金生忙取下，躬身递佳人。
翠翘道："拙技本寻常，

470 何劳如此心驰神往！"
说罢，抚琴调弦试音，
粗细四弦，宫商谐韵。
头一曲为"楚汉相争"，
只听那，金戈铁马厮杀声声。[2]

1　原作借用钟子期和俞伯牙传说之典。（见《吕氏春秋》卷十四《孝行览·本味》）
2　原作借用刘邦和项羽为争作皇帝而展开的一场长达四年的酷烈战争之历史故事。

475 再弹相如的"凤求凰",
　　如怨如诉,令人不胜感伤![1]
　　接下来弹的是"广陵散",
　　宛若行云流水,犹如嵇康再现![2]
　　最后一曲是"昭君怨",
480 恋主、思乡,声声悲戚情何堪![3]
　　时而音清,如鹤唳飞过,
　　时而声浊,似银泉天落。
　　时而调缓,如清风拂面,
　　时而拍急,似大雨滂沱。
485 一盏油灯忽明忽暗,
　　听琴人心神恍惚,愁丝缠绵。
　　时而抱膝凝思,时而低头呆坐,
　　时而回肠九转,时而双眉紧锁。
　　金重叹道:"曲子可谓绝妙,
490 只是,听罢令人惆怅难消。
　　为何你偏好这悲凉乐章,
　　奏者心凄然,听者亦神伤?"
　　翠翘道:"天性已然,
　　奈何悲与欢!
495 承蒙君之良言相劝,
　　这类曲子我将少弹。"
　　此时,翠翘更显妩媚无比,
　　眼角眉梢,难掩柔情蜜意。
　　金重早已神荡魂消,
500 爱意缠绵偶现轻佻。
　　翠翘劝阻:"事非儿戏,

1　原作借用"凤求凰"之典。司马相如以琴音为寄托,并作"凤求凰"之曲,向卓文君倾吐爱意,
　　二人终成佳侣。(见《史记》卷一一七《司马相如传》)
2　原作借典"广陵散"。"广陵散"为中国古琴名曲,又名"广陵止息",曲调慷慨激昂,气势宏伟。
　　传说嵇康在临刑前,仍从容索琴弹奏此曲,并慨然长叹:"《广陵散》于今绝矣!"(见《世
　　说新语·雅量》)
3　原作之"昭君曲"为中国古代琴曲"昭君怨",描述王嫱(字昭君)远嫁南匈奴所作怨诗,
　　所操琴曲。

　　　　　　且听妾细述个中道理。

　　　　　　妾不过是一枚桃夭，[1]

　　　　　　怎敢筑篱妄阻青鸟！

505　既为荆钗布裙之身，[2]

　　　　　　从夫之道首贵以贞。

　　　　　　似那桑间濮上之流，[3]

　　　　　　有何值得苦苦追求！

　　　　　　倘若只图一时苟合之欢，

510　百年名节必将毁于一旦。

　　　　　　古今姻缘佳话各有短长，

　　　　　　论风流，谁人堪比崔张？[4]

　　　　　　然金石之约难抵云雨之欲，

　　　　　　放纵，必因生厌而不加珍惜。

515　本应同享共结连理之欢，

　　　　　　却因互生轻鄙终成劳燕。

　　　　　　西厢盟誓之香火已冷，

　　　　　　美好姻缘竟成尴尬情。

　　　　　　皆因当初，无远虑未慎行，[5]

520　日后蒙羞，此过应谁担承？

　　　　　　何必折柳催花心太急，

　　　　　　只要此身在，答报定有期！”

　　　　　　翠翘一番话说得情理分明，

　　　　　　金重对她爱慕更深情更浓。

525　屋檐上月色朦胧，

　　　　　　忽闻轩外叩门声。

　　　　　　翠翘急忙回绣房，

　　　　　　金重出来探究竟。

1　“桃夭”系原作引用诗经中歌咏男女婚姻快乐的一诗篇名。（见《诗经·周南·桃夭》）

2　原作借用中国成语“荆钗布裙”之意，即以荆枝代钗，以粗布为裙。在此句诗中指女子。

3　原作借用中国典故。“桑间”、“濮上”为古代卫国的地名，被喻为男女幽会之处。《礼记·乐
　　记》载“桑间濮上之音，亡国之音也。”在本句诗中喻指有违儒家传统道德之品行。

4　原作中的“崔张”系指唐代元稹的传奇小说《会真记》之两位主要人物崔莺莺和张君瑞。

5　原作 gieo thoi（投梭）二字，大多《翘传》原作越文版中均有注释，系作者引用的中国典故
　　“投梭折齿”（见《晋书·谢鲲传》），喻指女子严拒男子引诱或追求。此句诗是翠翘从前面
　　一段诗文中有关崔张“西厢盟誓之香火已冷”的教训中引发的一番感慨。

两扇大门刚打开，
530 见有家童送信来。
信报叔父辞世的消息，
人客死他乡，魂应归故里。
无奈，路途遥远山高水长，
老父命儿急赴辽阳护丧。
535 金重见信惊慌万分，
抄近路急会心上人。
见到她，将心中忧虑倾吐，
既有丧事悲，更多离别苦：
"彼此衷肠未及尽诉，
540 姻缘尚未红丝系足！
月下盟誓犹历历在目，
怎敢人相别而情相疏！
相距千里远，时隔长三载，¹
欲解相思愁，尚须苦等待！
545 唯望多珍重，切保玉体安，
让天涯之人少几分挂牵！"
闻听此言，她心慌意乱，
迟疑片刻，方倾情万千：
"无奈月老不肯垂怜，
550 未尝团圆喜，已识别离难！
彼此既有誓盟在先，
纵然空闺皓首，此心永远不变！
不管多少年，我都将苦等，
你风餐露宿，我心中暗痛。
555 既然已与你共结同心之缘，
今生绝不再抱琵琶过别船！²
只要山在，水在，人还在，
彼此永挂牵，盼你早归来！"
双手紧紧相握，两情依依难舍，

---

1 按当地习俗，金重须服丧三年。
2 原诗 chẳng ôm cầm thuyền ai 意为"不抱他人船上之琴"，系借用中国成语典故"琵琶别抱"，
喻指女子不再嫁。

560　金乌洒辉屋顶，已到离别时刻。
　　忍痛作别，两脚沉重难移步，
　　道声珍重，双眸难止泪扑簌。
　　行装置鞍上，策马上途程，
　　离愁分两股，路遥各西东。
565　满腹别离愁，无心异乡景，
　　天空雁影疏，枝头鹃悲鸣。[1]
　　他风雨兼程，她心绪难宁，
　　彼此的思念，皆与日俱增。
　　倚轩伫立，翠翘思近虑远，
570　回肠九转，心如乱麻一团。
　　隔窗远望，缕缕轻烟似淡霜，
　　花渐退红，柳瘦枝枯叶已黄。

第 三 卷

　　楼中，翠翘茫然正徘徊，
　　门外，祝寿一行人方归。
575　一家人未及嘘寒问暖，
　　忽见一群衙役闯进院。
　　他们或操棍棒，或持大刀，
　　个个牛头马面，一片喧嚣。
　　王家父子身披枷杠，
580　亲人竟被无端捆绑。
　　衙役们似苍蝇般满屋飞蹿，
　　织机被捣毁，女红被翻乱。
　　凡值钱物品，闺中细软，
　　顷刻间，全被他们席卷。
585　何故，横祸飞来如此险凶？
　　何人，凭空捏造罗织罪名？
　　询问方知事端根源：
　　此祸缘起丝商诬陷。
　　王家老小慌作一团，
590　疑案蔽天，连声喊冤。
　　全家跪地，苦苦哀求，

---

1 一般杜鹃多栖于树丛中，而不是在树枝上。原作为"枝头"，故此按原作翻译。

衙役不理，凶恶依旧。

一老一小被绑，梁上倒悬，

纵然是块石头也会裂断！

595 面对如此惨状，亲人们痛彻肝胆，

只能对天喊冤，无奈天高听不见！

衙役如此凶残，盖因习性使然，

任意滥施毒刑，无非就是为钱！

如何方可使亲人脱险？

600 别无它计，只能遇变从权！

劬劳深恩，儿女情缘，¹

情、孝二字孰应在前？

为子之道，百善当以孝为先，

两相权衡，唯将盟誓放一边。

605 思虑再三，翠翘毅然宣布：

"我已决定卖身赎父！"

衙役中有位钟姓老吏，

虽然当差衙门，却是善良心地。

见翠翘有如此孝心，

610 钟公不禁心生怜悯。

一番左右疏通，上下打点，

交银三百两，方可了此案。

王家父子暂获监外羁押，

限翠翘数日内银钱送达。

615 可怜一个天真少女，

无端遭此横祸重击！

心痛欲碎，生死别离，

身既能舍，情何足惜！

雨滴本卑微，飘零任风吹，²

620 唯愿寸草心，聊报三春晖。³

---

1 原作"劬劳"引自《诗经·蓼莪》：哀哀父母，生我劬劳。意为辛勤，劳苦，通常指父母辛勤养育之恩。

2 原诗作者引用越南的一句民谣：Thân em như hạt mưa rào,hạt sa xuống giếng,hạt vào vườn hoa. 大意是：妹妹的命运就像阵雨中的一颗雨滴，或落入花园，或掉进井里。其"归宿"完全由"风"来决定，意为：女人不能由自己掌握命运。

3 原作借用（唐）孟郊：《游子吟》之诗句："谁言寸草心，报得三春晖"。

她将此意诉与冰人，
消息立刻传遍远近。
有近处一老妇登门，
带一远客前来求亲。

625　问其姓名，回道："马监生"，
何方人氏？答曰："山东临清。"
此人年纪四十出头，
整须修面衣着讲究。
媒人带他来到妆楼，

630　几个仆人紧随其后。
他旁若无人地坐在上席，
媒人忙催翠翘出来面议。
本已心事重重，今又突遭家变，
她一步一长叹，不禁泪下潸然。

635　似嫩蕊畏严霜，双足举步艰难，
花前自惭形秽，镜中羞对容颜。
媒人越是拨发又牵手，
她越容似秋菊，形比梅枝瘦。
接下来便是品貌试才，

640　诗题扇面，曲奏琴台。
娇容妩媚，愈看愈觉可爱，
客人满意，问及价码怎开：
"今日买玉来到蓝桥，
还请明示聘金多少？"

645　媒人答道："身价本逾千金，
只因突遭家变，全凭您发善心。"
经过一番你还我讨，
终以四百两银成交。
一锤定音，事已办妥，

650　立字为凭，庚帖换过。
遂定纳彩于归期，[1]
可谓有钱万事易！

1　原作中"于归"系引自《诗经·周南·桃夭》，指古代女子出嫁；"纳彩"为中国古代定亲时男方送给女方聘礼。

全凭钟公鼎力相助，

交过保单，王翁方得回府。

655 可怜，父已年迈女尚小，

望翘儿，老父心如刀绞：

"身为父母，谁不冀望儿女前途，

婚嫁之事，唯愿姻缘美满幸福。

苍天啊，你为何如此狠心？

660 一桩冤案，拆我骨肉离分！

斧钺无情，哪管风烛残年，

女儿受苦，为父心痛万般。

迟早都是一死，死亦各有其数，

与其痛苦折磨，不如黄泉早赴！"

665 老翁边说边涕泪纵横，

一头朝墙撞去，欲了残生。

众人又拉又拽忙阻拦，

翠翘在耳边轻声慰劝：

"儿不过一弱女红颜之身，

670 至今未报双亲养育深恩。

缇萦上书，儿已自愧不如，[1]

怎可再逊李寄舍身救父？[2]

父鹤寿年高，似参天大树，

枝繁叶茂，全凭主干撑护。

675 父若不忍割舍骨肉之情，

一旦风暴袭，家破业亦倾。

索性，舍弃女儿一身，

花儿虽凋谢，枝叶尚可存！

是福是祸只能认命，

680 权当是儿夭折不幸。

事到如今莫迟疑，

---

1 原作中的"萦娘"系中国历史典故"缇萦上书"中的孝女缇萦。西汉时，少女淳于缇萦上书汉文帝，要求代父赎刑，使汉文帝废除了肉刑，其父得免。典出《史记》卷一零五《仓公列传》。

2 原作中的"李女"为汉武帝时期一个舍身孝敬父母的孝女"李寄"。典出《搜神记》卷十九《李寄》。

谨防家破伤身体。"
听女儿一席话，说得至情至理，
王翁泪流满面，父女相视无语。
685　此时，门外边马监生已到，
签字画押毕，方把银钱交。
月老为何如此无情？
不看不选乱牵红绳！
只要谁的手中有钱，
690　颠倒黑白又有何难！
全靠钟公倾力相救，
心诚礼到讼事方休。

这里，家变甫告平息，
那边，频频催促迎娶。
695　少女夜无眠，唯与灯相伴，
泪湿鲛绡透，愁拨云发乱。
"命运该如此，不得不认从，
唯念盟誓未履，叫我心痛。
他费尽苦心，对我一片真情，
700　是我多顾忌，害他追求成空！
盟誓金杯，酒尚未干，
誓言已负，情何以堪！
望辽阳，山高水深遥相隔，
想不到，鸳鸯离散竟因我！
705　三生缘债，金石誓言，
已无望偿还和履践！
冀来生，情缘香火若未冷，
甘愿为牛马，定报梅竹情。¹
若未偿此情缘债，
710　愿携君情赴泉台！"²
愁思缠绵，欲理还乱，

1　松、竹、梅历来被中国古今文人们誉为"岁寒三友"，以此比喻忠贞的友谊。在《翘传》中，
　　作者多处用"梅竹情"喻指忠贞、纯洁的爱情。
2　原作"泉台"意同"阴卓"、"黄泉"，在中国古代，"泉台"意为墓穴。

泪湿绞绡，油尽灯干。

梦中，翠云突然惊醒，

灯下，殷勤询问究竟：

715 "世事难料，沧桑多变，

家遭难，竟让姐姐一人蒙冤！

时已夜深更残，缘何在此独坐？

姐姐有何心事，可对妹妹诉说？"

翠翘道："心中忧虑难安，

720 皆因情丝牵缠。

说出口，实在是羞愧万般，

藏于心，又恐负真情一片。

今有一事相托，万望妹妹勿辞，

先受姐姐一拜，再将实情告知。

725 相思之线中途折断，

拜托妹妹代续情缘。

自从与金郎相遇相知，

曾扇面题诗，月下盟誓。

谁料想，风云突变，

730 情与孝，实难两全。

妹之青春岁月尚长，

望念手足情，代姐履盟章。

纵然是，身已成土骨成泥，

姐亦九泉含笑，欣得慰藉！

735 金钗和誓笺为定情之物，

这份姻缘，拜托妹妹守护。

何时你们共良辰，

勿忘黄泉薄命人！

人虽已去，信物尚存，

740 残香片片，琴弦根根。

将来不管在哪里，何时间，

每当你们再焚香，重调弦，

请留心，观察树叶或草尖，

见有微风习习，便知姐姐还。

745 此魂尚负月下金石重盟，

纵碎蒲柳身定报梅竹情！
无奈冥阳两隔不相闻，
请洒清水一杯祭冤魂。
如今，虽已镜破钗两分，
750 然爱恩之情怎能诉尽！
千百次，深情满怀寄金郎，
叹你我情缘仅此短暂一场！
无奈这如纸的薄命，
落花只能随水飘零。
755 金郎啊，我的知音，
妾已负君爱厚情深！"
言罢，翠翘昏迷不醒，
气若游丝，手脚冰冷。
梦中的双亲被惊动，
760 全家上下一片慌恐。
汤药施救，一阵忙乱，
人渐苏醒，泪痕未干。
亲人询问缘何如此？
她更泣不成声，泪流不止。
765 翠云轻声对双亲耳语一番，
随即拿出金钗和盟誓云笺。
王翁道："为父害儿错失良缘，
金石之约，只好由妹代为履践。
缘何，芥脱琥珀针离磁铁？[1]
770 因谁，儿萍漂云散空悲切？
践盟之托，儿已叮咛再三，
纵然海枯石烂，定遂儿愿！"
翠翘叩谢老父，再吐心声：
"请父助儿答报此情。
775 日后，儿纵然为奴为婢，
他乡埋骨亦在所不惜！"

---

1 中国《百物志》载语"琥珀拾芥，磁石引针，各以类感"。原作"芥散针离"喻分离、离散之意。

第四卷

诉不尽的苦痛与悲伤，
南楼更鼓已几次敲响。
门外花轿来迎娶，
780　管弦声声催别离。
骨肉拆分心欲碎，
泪浸顽石石亦悲！
云雾遮天渐黄昏，
草木萋萋添霜痕。
785　翠翘被送进一家客栈，
春房紧锁，形只影单。
她心神不安，愧绿羞红，
前思后想，越想心越痛：
"仙桃竟落俗子之口，
790　玉洁冰清为谁枉守？
若早知有此不幸沉沦，
宁折夭桃予钟情之人！
为何人，我力阻东风？[1]
彼时他遗憾，此刻我心痛！
795　纵然重逢尚有时，
沦落之身何所期！
天定此命多遭迍，
安可保全红颜身！"
见案上有一把利器，
800　顺手操起随身藏匿。
以防日后有何不测，
随时了断此生坎坷！
空房独守，秋夜格外漫长，
似睡犹醒，心中倍感凄凉。

805　孰料那个马监生，
素来惯弄风月情。

1　原作借用（唐）杜牧《赤壁》诗句"东风不与周郎便"之意，喻指由于翠翘劝阻，使金重未能如愿。

镇日沉迷玩乐，加上时运不济，
只好轻车熟路，操业烟花生意。
青楼有个叫秀婆的女人，
810 早已人老珠黄春色殆尽。
她与马监生本一丘之貉，
彼此臭味相投一拍即合。
花街柳巷，合伙经营生意，
常年贩香卖粉，赚钱谋利。[1]
815 他们走乡窜镇，四处打听寻觅，
假名招用侍女，实则骗良从妓。
或许是吉凶早由天定，
偏叫断肠人连遭不幸！
可怜翠翘，如此柔弱一婵娟，
820 竟然被骗，上了人贩子贼船！
落入圈套，就由不得自己，
聘礼虽寨，却可随时迎娶。
见人已到手，马监生窃喜，
玉貌越端详，越称心满意！
825 果然堪称国色天香，
千金买笑花钱不枉：
“如此美色谁先享受？
公子王孙定抢风头。
银子三百两，分文不少取，
830 本钱先捞够，再赚全是利！”
这般美味，就在嘴边，
吃了恐蚀本，看着又眼馋。
“仙桃落在俗子手上，
机会难得何不先尝？
835 世间不乏玩花浪子，
花儿真假几人能识！
石榴汁配鸡冠血，
颜色一样难辨别。
糊弄那些无知傻瓜，

1　原作“贩香卖粉”喻指青楼生意。

840 原价照收，分文不差！
　　　倘若老婆娘生事，
　　　大不了跪上半日！
　　　况且，此时远在他乡异地，
　　　我若太规矩，反令她生疑。"

845 甚可惜，如此一朵荼縻，
　　　含苞未放，已被蜂采蜜。
　　　势如狂风暴雨来袭，
　　　哪知何谓'怜香惜玉'！
　　　如此春之宵，却似梦一场，

850 花烛置一边，独自守空房。
　　　纵有千行泪，难涤心中悲，
　　　恨彼人粗鄙，惭自身形秽。
　　　翠翘暗想："此人断非正经，
　　　叹此千金身，竟污红颜名！

855 来日无望，我复何求，
　　　人生至此，万事皆休！"
　　　心中痛恨命运无情，
　　　利刃在手，欲了此生。
　　　然而，她又反复思量：

860 "我死虽无憾，双亲谁奉养？
　　　倘若引起事端，
　　　必将累及椿萱。[1]
　　　我的苦与痛，或可渐消缓，
　　　迟早皆一死，但应择时间！"

865 反复比较，再三权衡，
　　　时已鸡声四起近黎明。

　　　城楼传来末更鼓声，
　　　马监生已频催启程。
　　　骨肉分离，肝肠寸断，

870 马儿飞奔，一路狂颠。
　　　一行人来到十里长亭，
　　　王翁设宴为女儿饯行。

---

1 原作"椿萱"为古代中国对父母的代称。椿为父，萱为母。

　　亭外，宾主对饮推杯换盏，
　　亭内，母女亲情难舍万般。
875　相视无语，泪流满面，
　　翠翘轻声附耳对母言：
　　　"儿惭愧，如此夭桃身，
　　何时可报双亲深恩？
　　生不逢时，命途多舛，
880　只能留下丹心一片。
　　几天来，观察此人行为举动，
　　看样子，儿已落入骗子手中。
　　花烛夜，儿只身一人伴孤灯，
　　只见他，心神不宁来去匆匆。
885　举止言谈不着边际，似是而非，
　　在儿面前，时主时仆时尊时卑。
　　毫无风雅斯文模样，
　　倒颇像个无良行商。
　　然事到如今，多说已无益，
890　从此，儿将生居他乡死葬异地！"
　　听罢女儿一番临别话语，
　　母亲放悲声，对天诉冤屈。
　　送别之酒刚过几巡，
　　马监生已频催动身。
895　爱女将远行，老父心沉重，
　　王翁到车前，恳求马监生：
　　　"可怜吾儿，尚桃夭柳嫩，
　　因家变，沦为婢妾下人。
　　自此，吾儿将海角天涯，
900　孤苦伶仃，任风吹雨打。
　　唯望能得松筠荫蔽，
　　保葛藤免遭霜雪袭。"[1]
　　马氏听罢随口应承：
　　　"我俩已经足系红绳。
905　将来若有枝节横生，

1　原作"葛藤"即"葛藟"，藟即藤，为蔓生植物。《诗经·周南·樛木》："南有樛木，葛藟累之。"在本句诗中，以葛藤喻指妻或妾。

自有日月鬼神鉴证！"
狂风骤起卷乌云，
马车飞奔扬红尘。
人已望不见，泪水仍潸然，
910 天涯无尽头，两眼望欲穿。
他乡路途遥，渐行已渐远，
霜覆长桥冷，云遮天地暗。
秋风阵阵，芦苇随风摇曳，
秋色萧萧，似为一人悲切。
915 一路星夜兼程，天地一片朦胧，
仰望天上明月，深愧海誓山盟。
霜染枫林叶红，更添一帘秋情，
鸟啼声声似告：勿忘昏定晨省。[1]

沿路，无心异乡山水风景，
920 疾驰一月整，终抵临淄城。
车子刚停在门外，
见一女人走出来。
一副脂粉涂白的面颊，
身材臃肿，个头高大。
925 车前，不冷不热几句寒暄，
翠翘答礼，随她来到厅前。
这边，有几个修眉女子站一旁，
那边，坐着几个男人举止放荡。
一张香案摆在大厅中央，
930 上方挂着一白眉人画像。
青楼行规自古人皆知，
白眉神为此业之祖师。
常年鲜花供奉，晨昏香烟缭绕，
谁的运气不好，必将访客稀少。
935 先脱去身上的衣衫，
再对神像烧香许愿。

1　昏定晨省为中国旧时子女朝夕服侍慰问双亲的日常礼节，即晚间侍候就寝，清晨省视问安。
　　《礼记·曲礼上》："凡为人子之礼，冬温而夏清，昏定而晨省。"

将撤下来的花束垫在身下，
方可招蜂引蝶，运转财发。
见此情形，翠翘正困惑不解，
940 那女人拉她跪下，口中念曰：
"求神助我生意兴隆财运好，
日日寒食节，夜夜闹元宵。[1]
保佑我家姑娘人见人爱，
莺燕云集，宾客纷至沓来。
945 鸿雁频传书，情简堆成摞，
后门勤迎宾，前门忙送客。"
翠翘越听越感蹊跷，
心已觉察事恐不妙。
家堂香火礼仪刚过，
950 秀婆上床居高端坐。
命翠翘："先拜老娘，
然后拜爹，礼数一样！"
翠翘道："家遭不幸，只身飘零，
自认命微，甘为小星。[2]
955 原本为莺燕，缘何竟成两辈人？
恕我见识浅，不知此为何名分！
纳彩于归，礼仪齐全，
同床共枕，携手相牵。
此时辈分突然生变，
960 还请明示因由事端。"
秀婆听罢，心中立刻明白，
顿时雷霆大发，气急败坏：
"罢罢罢，果然不出我所料，
你竟敢把老娘的丈夫抢跑！
965 还有你，叫你只管物色人选，
带回来接客，赚钱好吃饭。

---

1 原作以"寒食"、"元宵"二节喻人多快乐之景象，但可能是由于音韵之需，原作是"夜夜寒食，日日元宵"，而按古代中国民间习俗，一般元宵节的活动，如张灯、猜灯谜等多在晚间举行，而寒食节的活动，如墓祭、郊游、荡秋千等多在白天进行，故在译文中进行了适当调整。

2 原作之"小星"系借用《诗经·召南·小星》诗句："嘒彼小星，三五在东。"古代中国常以"小星"指"妾"。此处为翠翘表示已甘愿为妾。

你却如此不义，无耻厚颜，
馋嘴，竟敢偷偷尝鲜！
如今货色已非原样，
970 我的本钱已经泡汤！
这个贱人既然卖给我家，
进门就应知道我的家法！
老家伙胡来放纵，
你不啐他脸，反倒言听计从！
975 为何你对他如此百依百顺，
难道小小年纪就淫性难忍？
现在就叫你知道老娘的规矩！"
说罢，将手中的皮鞭高高举起。
翠翘道："地厚天高！
980 自从离家那天起，此命我就没想要。
事已至此，死何足惜！"
说罢，猛然抽出袖中利器。
唯恐玉碎花残，老本尽失，
秀婆急忙阻拦，为时已迟。
985 可悲可叹！如此绝代佳人，
以此无情一刀，可断孽债风尘？

此事立刻惊动远近，
屋里屋外挤满了人。
翠翘昏迷不醒，
990 秀婆胆战心惊。
将她抬至西轩，差人护守，
请来郎中，汤药施救。
怎知她，命宫尘缘尚未断，
朦胧中，见一女子站身边。
995 那人低声道："因果尚未定，
想躲断肠债，那怎么能行？
你的命中，红颜之业尚重，
欲一死了之，天亦不答应！
且待蒲柳人生尽，

1000 钱塘江上见故人！”
　　　日夜汤药调治不停，
　　　此时翠翘已渐苏醒。
　　　秀婆守在她的床前，
　　　轻声细语好言相劝：

1005 “人生只有一条命，
　　　你如花刚吐蕊，春意正浓！
　　　说起来，这也是一场误解误判，
　　　你如此金石情坚，我怎忍强非所愿！
　　　既然已失足，落此烟花地，

1010 何不锁春房，静待于归期！[1]
　　　只要人还在，一切皆可有，
　　　等待良缘至，随意择佳偶。
　　　何苦要冤冤相报，
　　　于己于人皆不好！”

1015 听她一番花言巧语，
　　　翠翘似已利弊清晰。
　　　想到梦中人之指点，
　　　莫非宿因果真在天？
　　　今生的旧债尚未还完，

1020 怎可为来世再把债添！
　　　聆听慰劝，思虑再三，
　　　答道：“死并非我愿！
　　　若如你所言，可谓幸运，
　　　只是，不知此话可当真？

1025 唯恐日后依然蜂蝶浪涌，
　　　宁可玉碎死，绝不含垢生！”
　　　秀婆道：“你尽可把心放宽，
　　　句句是真话，岂有儿戏言！
　　　倘若我说了不算，

1030 有青天白日明鉴！”
　　　见她说得认真，

1　原作"桃夭之日"，系引用《诗经·桃夭》："桃之夭夭，灼灼其华。之子于归，宜其室家。"
　　之意，喻指女子出嫁。

翠翘方渐安心。

凝碧楼中暂得栖身，

与远山近月互为邻。

1035 闲来无事，眺望四处，

座座黄沙丘，漫漫红尘路。

朝伴白云暮伴灯，

对景伤怀景如情。

想那月下举杯盟誓人，

1040 定在日日翘首盼佳音。

怎知她，海角天涯自飘零，

丹心任磨洗，何时可退红？

可怜年迈倚闾双亲，¹

此时谁尽夏清冬温？²

1045 莱衣当舞春秋几度，³

想必幼梓已成大树。⁴

凄然凝望，海沐夕阳，

谁家的船儿在远航？

凄然凝望，山泉泻下，

1050 流水落花，何处是家？

凄然凝望，原上野草，

天苍地茫，满目瑟萧。

凄然凝望，风卷浪涌，

耳畔萦回，涛浪声声。

1055 环顾四周，皆异乡山水，

吟诗数句，聊发心中悲。

倦垂珠帘掩窗棂，

1　原作"倚门"借典《战国策·齐六》（王孙贾）母曰："女朝出而晚来，则吾倚门而望；女暮出而不还，则吾倚闾而望。"比喻父母盼望子女归来的殷切心情，

2　原作 quạt nồng ấp lạnh，用的是纯越语，意思相当于中国成语"冬温夏清"，多位越南学者亦解释为出自《礼记·曲礼上》："凡为人子之礼：冬温而夏清"。

3　原作之"莱院"系借典"老莱斑衣舞于庭以悦亲心"（见南朝宋·师觉授《孝子传》）。相传老莱子娱双亲年七十穿五彩衣，作婴儿戏。后因用作孝亲的典故。

4　原作中的"梓"即"桑梓"，出自《诗经·小雅·小弁》："维桑与梓，必恭敬止"。后用以指故乡情。

隔墙传来和诗声。
只见一个青年男子，
1060 仪表堂堂穿着入时。
想必此人也是个书生，
询问方知，其名楚卿。
隔幔瞥见倩影朦胧，
楚卿顿生倾慕之情：
1065 "可叹如此国色天香，
竟然沦落青楼教坊！
本为云端蟾宫客，
缘何鲜花遭揉搓？
气愤难平怨苍天，
1070 此心不知谁可鉴！
如若婵娟识英雄，
易如反掌拆樊笼！"
虽然是窗关门闭，
仍句句听得清晰。
1075 看看此人，想想自身，
不禁感念其心恻隐。
风雨无常任漂流，
今世风尘何时休？
索性冒险传心音，
1080 他或可救沦落人？
一纸便笺，尽诉详情：
卖身赎父，只身飘零……
东方破晓刚黎明，
手书一纸递楚卿。
1085 日渐西斜尚未落，
已见回音至闺中。
翠翘拆开梅笺忙阅读，
见"昔越"二字写得清楚。
按字面之意分析解就：
1090 "当为'二十一日戊时走'？"
天色渐晚鸟归林，

茶蘼半闭已黄昏。

东墙边，树枝摇曳人影动，

轻推窗，楚卿跃身入房中。

1095 翠翘窘迫，鼓足勇气相迎，

施礼毕，方轻声细细陈情：

"我似浮萍孤身漂泊，

不幸沦落烟花之所。

今日以性命生死相托，

1100 定将结草衔环报恩德。"[1]

楚卿边听边点头，回曰：

"彼此非外人，何必谈这些。

小姐可曾知道我的为人？

救你出苦海是我之本分！"

1105 翠翘道："万事皆靠君恩宠，

如何行动，还请君决定。"

楚卿夸耀："我有追风宝马，

手下之人强健高大。

寻机溜出无声响，

1110 三十六计走为上！

纵然突遇风雨来袭，

有我在，你不必多虑！"

听此一番话，翠翘顿生疑，

然事到如今，已别无它计。

1115 索性，闭上两眼豁出去，

看造化老儿又耍何把戏！

二人悄然溜出凝碧楼，

一人一马，一前一后。

夜深人静更渐残，

1120 风吹叶落月衔山。

山路崎岖，草木稀疏霜雾浓，

故里情深，一路疾行心暗痛。

忽闻鸡鸣声声紧，

1　原作借典"结草衔环"，比喻知恩报恩。（见《后汉书·杨震传》）

人声嘈杂乱纷纷。
1125　甚惊恐，翠翘意乱心慌，
　　　楚卿早已拨马不知去向。
　　　剩她孤身一人，心中不知所措，
　　　慌忙急奔逃命，哪管山路坎坷。
　　　造化老儿，你果真忍心，
1130　无休无止地碾轧红裙！
　　　上来一群人，将翠翘紧紧围困，
　　　此时，她已上天无路入地无门！
　　　秀婆火速赶来察看，
　　　怒将翠翘押回行院。
1135　不问缘由，严刑拷打，
　　　摧花斫柳，肆意践踏。
　　　血肉之躯，世人皆同，
　　　枝折叶落，焉能不疼！
　　　人已遍体鳞伤，血肉模糊，
1140　只好跪地认错，请求宽恕：
　　　"我不过一柔弱女子，
　　　背井离乡，流落到此。
　　　是生是死任凭你，
　　　沦落之身何足惜！
1145　虽然我已不在乎自己，
　　　可你的本钱将在哪里？
　　　泥鳅之身，管什么污泥尘垢，
　　　从今以后，不再提贞操节修。"
　　　闻听翠翘此言，秀婆顺势劝哄，
1150　令她找人担保，留下字据为凭。
　　　妓院里有个同辈叫马娇，
　　　见翠翘可怜，愿出面作保。
　　　接下来，秀婆又百般絮叨，
　　　一番刨根问底，事方算了。

1155　翠翘养伤静卧房中，
　　　好心马娇善意提醒：

"你已落入他们的陷阱，
在这里，谁人不知楚卿？
此人薄情，早已闻名青楼，
1160 多少芙蓉，毁于他的毒手！
此人奸诈无比，惯施拖刀计，
与秀婆狼狈为奸，串通一气。
三十两银子，早已落到他的手里，
不然，怎会有这先纵后擒的把戏！
1165 事后，他立刻翻脸不认账，
少说为佳，以免吃亏上当。"
翠翘道："他曾对我信誓旦旦，
想不到，竟如此恶毒阴险！"
她正前思后想，回忆事端根源，
1170 那个无耻之徒已站在众人面前。
他高声叫嚷，大发淫威：
"听说有人在搬弄是非！
竟敢说我引诱拐骗，
是谁？老子倒想看看！"
1175 翠翘道："休再多言，
不承认，权当与你无关！"
楚卿见状，越骂越凶，
竟欲动手打人逞威风。
翠翘道："在上苍天有眼！
1180 是谁，花言巧语欺瞒诱骗？
是谁，落井下石不择手段？
是谁，说话不算自食其言？
写有'昔越'的纸笺便是证物，
此系何人所为，自然你最清楚！"
1185 听翠翘一番义正词严的话语，
众人纷纷痛斥楚卿无良不义。
是他负情，见已无可抵赖，
只好灰溜溜地急忙走开。
翠翘在房中轻声啜泣，
1190 想到自身遭遇，心中痛苦无比：

　　"可惜这冰清玉洁之身，
　　风尘沦落，只能忍受风尘！
　　人生素来有乐有苦，
　　红颜芳华岂能永驻！
1195　莫非前世欠修行，
　　罚我补偿在今生？
　　甑已破，顾何益，¹
　　且以此身将宿债还清！"

　　一天夜晚，天空月朗星稀，
1200　秀婆前来，面授青楼之技：
　　"干这行，有许多东西得琢磨，
　　风月场，要学的门道有很多。"
　　翠翘道："任由翻云覆雨，
　　此身早已豁出去。"
1205　秀婆细解："世间男人心皆同，
　　来到这里，谁肯枉把银钱送！
　　不过，应付他们也有很多绝技，
　　夜里似拒非拒，白天若即若离。
　　其中的秘诀你要记清：
1210　引诱之术有七字，床上功夫分八种。
　　让客人玩得柳腻花厌，
　　叫顽石点头飘飘欲仙。
　　时而杏口微开，时而眉目传情，
　　月下对酌吟诗，花前风情万种。
1215　这些皆为青楼特技，
　　精于此道，方可出人头地。"
　　听秀婆如此一番教唆，
　　翠翘双眉紧蹙，花容失色。
　　仅听此言，已令人羞臊不已，
1220　世事荒唐，竟如此不可思议！

1　"甑已破，顾何益"意为心态现实，不再为逝去的美好而痛苦。典出一个东汉故事。有一个叫孟敏的人，在市上购得一甑坠地而碎，他竟头也不回地朝前走去。郭林宗见而问之，他说："甑已破矣，顾之何益？"。（参见《郭林宗别传》）

可怜自己，自幼生长在深闺，
启蒙教育，竟学此等"特技"！
如此不知羞耻厚脸皮，
这样的人生实可休矣！
1225　叹风尘沦落之命途，
只能任由他人摆布！
从此青楼垂幔度余生，
标价愈高，访客愈众。
蜂拥蝶涌，销魂行院，
1230　镇日酒醉，彻夜追欢。
"枝迎南北鸟，叶接往来风"，[1]
日间别宋玉，夜里迎长卿。[2]
待到更残酒醒时，
悲恐交集难自持：
1235　"昔日，锦屏罗帐一闺秀，
缘何，竟成了残花败柳？
为何变得如此厚颜，
蜂来蝶往任由作践？"
任凭什么秦云楚雨，
1240　心已木然，何来春意！
时观长风舞，时赏群芳簇，
明月当空照，半帘霜雪覆。
缘何无景不添愁？
皆因心悲景亦忧！
1245　妙笔丹青，诗文隽永，
花前月下，琴棋艺精。
强颜作欢笑，难掩心中苦，
知音何处觅，衷肠向谁诉？
纵遇风雨梅竹情，无奈心已冷，
1250　满腹愁思千千结，苦痛独自承！
心惆怅万般，忆往事件件，

1　原作 lá gió cành chim 直译"叶风枝鸟"系借用唐代才女乐妓薛涛之诗句"枝迎南北鸟，叶
接往来风"。
2　原作中"长卿"为中国西汉时期文学才子司马相如之字。

伤未触先痛，丝未搓已乱。

何曾忘，九字劬劳恩之重。[1]

夕阳下，桑榆日渐影斜映。

1255　山高水深相隔遥远，

怎知儿命如此多舛！

槐院的小树正在成长，[2]

已可代我尽孝奉膏粱？

犹忆月下，双双盟誓三生，

1260　然天各一方，彼此怎知情？

归来问及章台柳，

早已攀折他人手！[3]

唯冀厚义报深情，

移花接木事可成？[4]

1265　情碎万片心尤痛，

乡关梦回绕长更。

孤独隔窗望远方，

日日黄昏复昏黄。

金乌玉兔交替升沉，

1270　心中尤怜断肠会人。

让你身为红颜，

就得饱受磨难。

叫你沦落风尘，

就要凌辱受尽！

1275　一天，忽有一客人来访，

姓束名其心，亦门第书香。

1　原作"九字高深"出自"九字劬劳"："父兮生我，母兮掬我。拊我畜我，长我育我。顾我复我，出入腹我。欲报之德，昊天罔极。"喻指父母养育之恩。（见《诗经·小雅·蓼莪》）

2　原作"槐院"系借"三槐王氏"世家之典。北宋王祐在庭院中种植槐树三棵，说："吾之后世必有三公者。"时称三槐王氏。（参见《宋史二八二王旦传》）在此句诗中"槐院"喻指翠翘的家庭。

3　见唐许尧佐撰《柳氏传》。韩翃有姬柳氏，艳绝一时。安史乱起，柳氏害怕不能免祸，乃剪发毁容，寄身法灵寺。后韩为平卢节度使侯希逸书记，派人寻找并寄柳诗曰："章台柳，章台柳，昔日青青今在否？纵使长条似旧垂，亦应攀折他人手。"。（参见《太平广记·杂传记》）

4　喻指翠云代替姐姐与金重成婚。

常州府无锡县人氏，
随父经商在山东临淄。
久慕翠翘为花魁，
1280 红帖一帧递香闺。
只见她，流苏帐掩桃花面，
更现风姿绰约，仪态万千。
似海棠滴翠，如新枝初发，
春风拂倩影，细雨润芳华。
1285 花月相宜情更浓，
春宵易醉心相倾！
声气相求本常理，
双双已为情丝系。
报李投桃两心相映，
1290 风月戏终成金石情。
此乃天赐之良机，
恰逢春堂返故里。
束生更是美梦不愿醒，
沉于春意，醉于春情！
1295 或往园中赏月，或登亭上纳凉，
时而琼浆共饮，时而吟咏酬唱。
晨起炉添香，日间共品茗，
对弈逢高手，抚琴和韵声。
镇日追欢乐无穷，
1300 相知日深情更浓。
秋波倾城终难抵，
销魂哪管家业倾！
束生素来出手大方，
千金买笑视若平常。
1305 秀婆见钱眼开，更忙妆红点绿，
然已财迷心窍，难满贪欲无底。
转眼已至，柳绿红稀子规啼，
石榴吐火，夏日初临春归去。
这一天，翠翘闲来无事，

1310 垂罗帐，兰汤轻洗凝脂。
　　隔帘窥，洁如象牙纯如玉，
　　更似那，玉雕天成婷婷立！
　　束生越看，越是惊叹不已，
　　情之所至，赋诗一首唐律。

1315 翠翘感动："蒙君情深爱厚，
　　诗章字字珠玑，句句锦绣。
　　纵然狗尾续貂，也应回赠，
　　无奈乡愁作梗，心绪难宁！
　　悠悠此心仍牵太行云，[1]

1320 恕今日不能与君和韵。"
　　束生问道："此言奇甚，
　　难道此枝非出于彼根？"
　　翠翘双眉紧锁，黯然神伤，
　　断肠事再提起，倍感凄怆。

1325 "妾似残花已凋谢，
　　君如踏蕊寻花蝶。
　　春王已有花相伴，
　　寻欢何须问根源！"
　　束生道："自从与你相遇相知，

1330 心中已萌金石之期。
　　既愿与你相伴今生，
　　理应诸事明白究竟。"
　　翠翘道："感念君之深情，
　　婚嫁之事恐终难成。

1335 君已多时驻足平康，[2]
　　爱花皆因色艳气香。
　　一朝色退香消去，

---

1 由于喃字版《金云翘传》在刻印或手抄过程中出现的差误，故不同版本的个别字、词存在差异。此句诗最后二个字，有的版本为"黄云"，有的版本为"行（hàng）云"，即太行山之云，喻指父母。《新唐书》卷一百二十八宋·欧阳修、宋祁："……亲在河阳，仁杰登太行山，反顾，见白云孤飞，谓左右曰：'吾亲舍其下。'瞻怅久之，云移乃得去。……"故译文采用后者，喻指翠翘对双亲的思念之情。

2 原作"平康"，系中国唐代长安一条街名，为妓女聚居之地。

此心怎可持久长?

更何况,蟾宫内事,

1340 早有嫦娥主掌。

你与她,已结同心共兰芳,

男女情爱,怎可分享!

妾似漂萍浮云本不足惜,

怎可让平静爱海生涟漪!

1345 倘若一切嫌隙因此而生,

天大的罪责,妾怎敢担承?

纵然你可稳操舵盘,

妾得荫蔽也不过十之二三。

倘若此人太过骄横凶悍,

1350 不啻羔羊送至狮子嘴边。

妾虽自知,矮檐之下应低头认命,

然醋坛子发威,其苦甚于陷火坑。

更何况,还有椿堂在上,

对此事,不知能否体谅。

1355 若嫌妾巷柳之身低贱,

怕只怕,叫我青楼重返!

到那时,将更加污秽于形,

妾虽可认命,怎忍辱君名!

相爱就应从长计议,考虑周密,

1360 如能料理妥帖,妾愿听凭君意。"

束生道:"你总爱猜测多虑,

难道两颗心还不够相知相系?

对此事,你尽管把心放宽,

我会将一切皆安排妥善。

1365 既然你我心相印,情相依,

金石盟誓,何惧狂风暴雨!"

思近虑远,相互叮咛,

海誓山盟,掷地有声。

深情诉不尽,唯怨春宵短,

1370 不觉中,窗外月亮已衔山。

束生借故竹院纳凉,

　　接出翠翘秘密隐藏。
　　是战是和，心中皆有胜算，
　　请高人指点，托熟人打探。
1375 故意放出风声传给秀婆，
　　她自知理亏，只好求和。
　　一手交钱一手放人，
　　还良文书呈至衙门。
　　于公于私手续皆齐，
1380 翠翘得离风尘之地。
　　竹梅相悦终遂愿，
　　义重恩深情绵绵。
　　香燃正旺，火烧正红，
　　红颜玉貌，更添柔情。

1385 恩爱缠绵，转眼半年时光，
　　院中梧桐，叶已由绿变黄。
　　篱边秋菊新枝发，
　　椿堂归返刚下马。
　　闻听此事，束翁火冒三丈，
1390 恐惹麻烦，决计棒打鸳鸯。
　　索性，一不做二不休，
　　定叫烟花女重返青楼。
　　见老父丝毫不肯通融，
　　束生斗胆苦苦求情：
1395 "儿自知已闯下大祸，
　　纵然斧砍雷劈，也是罪有应得！
　　事到如今，一切应由儿担承，
　　已然愚蠢，怎可瞬间变聪明！
　　一日同衾亦夫妻，
1400 抱琴怎忍弦断离！
　　父若不肯体谅此情，
　　儿宁背负不孝之名！"
　　见儿子如此决绝冥顽，
　　束翁大怒，将此事报官。

1405 此举有如平地风波骤起，
　　府官传被告，拟查问仔细。
　　束生、翠翘来到府衙，
　　大堂前，二人双双跪下。
　　府官一副无私铁面，

1410 威风凛凛，口出重言：
　　"这小子纵情玩乐太傻，
　　那女子本是水性杨花！
　　如此一个残花败柳之身，
　　专靠脂粉蒙骗无知俗人。

1415 据原告诉状分析此案，
　　如何判决皆难遂你愿。
　　本官一向秉公裁断，
　　路有两条任由你选：
　　或对此女子依法用刑，

1420 或让她重返青楼谋生。"
　　翠翘道："嫁束郎本为情所愿，
　　此意已决，怎可生变！
　　身清身浊，皆血肉之躯，
　　小女子听凭大人处治！"

1425 府官下令："依法用刑！"
　　三木齐下，一朵牡丹凋零！[1]
　　有冤无处诉，只能认命苦，
　　花容顿失色，柳叶眉紧蹙。
　　大堂上，腾起阵阵灰霾尘雾，

1430 翠翘容颜模糊，体若梅枝枯。
　　想到彼此深情，束生无比心痛，
　　见她受此酷刑，他更痛不欲生。
　　哭诉："此时见她为我蒙冤，
　　深悔当初未听她忠言相劝！

1435 是我浅薄，虑事不周，
　　害她为我吃尽苦头！"
　　闻听束生之言，府官心中生疑，

1　原作中的"三木"系指旧时刑具：杻、枷、械。

其中似有隐情，随即盘问仔细。

束生落泪，如实禀告，

1440 从向翠翘求婚，到结连理之好：

　　"她处事一向思近虑远，

　　早已料到会遭遇祸端。

　　此错是我一手铸成，

　　害她为此蒙冤受刑。"

1445 府官听罢，不禁生怜，

　　威严收敛，有心成全：

　　"若事情果真如你所叙，

　　这烟花女子倒也明白事理！"

束生接言："她虽身份卑微，

1450 却喜诗书，好学聪慧。"

　　府官笑曰："既然如此，

　　就以'木枷'为题，当庭赋诗！"

翠翘挥笔，一气呵成，

花笺呈上，听候品评。

1455 府官赞叹："诗句堪比盛唐！

　　如此才色，千金不枉！

　　果真是才子配佳人，

　　理应成全朱陈之姻！[1]

　　何苦添愁惹恨寻烦恼？

1460 更勿谱那别鹤离鸾调！[2]

　　既然此事已诉公堂，

　　断案自应情理得当。

　　父子翁媳本是一家人，

　　快快消气，共享天伦！"

1465 府官传令，筹办婚礼，

　　花轿红烛，一应备齐。

鼓乐喧天，热闹非常，

1　原作中的"朱陈"系借用中国成语"朱陈之好"，喻指两家结成姻亲。(唐)白居易《朱陈村》诗：
　　"徐州古丰县，有村曰朱陈。……一村唯两姓，世世为婚姻。"（见《全唐诗卷四三三》）

2　成语"别鹤离鸾"（亦作"别鹤孤鸾"）喻指夫妻离散。"别鹤"和"孤鸾"（亦称"离鸾"）
　　皆为琴曲名。

新人携手，同人鸾帐。
惊其才华，叹其品貌，
1470 束翁顺势，怒气渐消。
实可谓，蕙兰同室齐芳，
风雨后，更加情绵意长。

乐逍遥，对弈共酌度时光，
不觉中，桃已褪红莲吐芳。
1475 夏夜，帐中轻声细语，
翠翘婉露心中忧虑：
"自从你我共结同心，
春去秋来一岁将尽。
你与家里音信疏来往，
1480 是宠葛藟而冷落糟糠？ [1]
每想到此不禁心忧，
日久难免风声走漏。
耳闻你家大妇精明，
进退有据治家严正。
1485 只怕她，城府太深心计过多，
有道是，海水易量人心难测。
你我同衾共枕已一年，
此事恐无法长久隐瞒！
至今未见那边动静，
1490 莫非其中另有隐情？
你应尽快回去，切莫迟疑，
一讨她欢心，二可知底细。
似这般藏藏躲躲，
久拖下去非良策。"
1495 见翠翘考虑得如此周密，
束生收拾行装准备返里。
天刚亮，前来向父辞行，
束翁也催儿尽快启程。

---

1 原作中的"葛藟"为藤蔓，出自《诗经·周南·樛木》："南有樛木，葛藟纍之"；"糟糠"
喻指贫穷时共患难的妻子。在本诗中，"糟糠"和"葛藟"分别喻指妻、妾。

束生远行，翠翘把盏相送，

1500 春亭刚过，不觉已到皋亭。[1]
遥望秦川，水流清清似罗带，
近看阳关，杨柳萧萧风中摆。[2]
两情依依手执手，
举杯未饮泪先流。

1505 翠翘叮咛："山水相隔遥远，
那边料理好，这边方得安。
事无巨细切勿大意，
掩目捕雀更不可取。
既然，你我已鸾凤和鸣，

1510 到家后，不妨相告以诚。
纵然是，事出意外风波起，
她若耍威严，我认命不济。
如似这般遮遮掩掩，
或将惹出天大麻烦！

1515 心相悦，言勿苟，
一年时光哪有多久！
今日举杯送君远行，
来年摆酒为君接风！"
他上马飞奔离去，她深情目送渐远，

1520 枫林秋色映关山，天涯处处现凄然。
马蹄声声碎，红尘路漫漫，
几重山林阻，相顾不相见。
她这里，孤单长夜听玉漏，
他那边，只身千里途程远。

1525 是谁，忍将一轮明月两拆分？
半映床前孤枕妇，半照途中马上人！

第五卷

暂不提束生一路艰辛，

---

1 原作撷取中国古诗句"好是春风湖上亭"和"皋亭相别处"中的"春亭"和"皋亭"分别喻指游玩之地和离别之处。

2 原作"阳关"系借王维《渭城曲》"劝君更饮一杯酒，西出阳关无故人"之意境，喻指离别。

且来看束生大妇其人。
她本姓宦，出身名门，
1530 人称宦姐，吏部尚书千金。
　　"时来风送"姻缘巧遇，[1]
早年与束生结为夫妻。
行为举止，尚属端正，
能言善辩，练达老成。
1535 闻听，丈夫园中花又添新，
传言已纷纭，独无他音讯。
妒火心中烧，愈扑焰愈烈，
恨其太薄情，移心花与月！
　　"倘若他能相告以诚，
1540 我自可大度，对下包容。
谁不想留下贤淑名声，
哪有人愿背妒妇恶名！
何必跟我这般遮掩藏匿，
耍那孩童般的可笑把戏！
1545 莫以为相隔遥远就可欺骗蒙混，
我将以其人之道还治其人之身！
对于此事，无须多虑，
杯口之蚁能爬到哪里！[2]
我要让他们相见不敢相认，
1550 要叫她不敢抬起头来见人。
我要让他们亲眼看看，
叫喜新厌旧之人知道我的手段！"
宦姐已在心中暗自谋划，
对外边传言仍装聋作哑。
1555 数日后，突然有两人前来求见，
为讨好，将束生之事描绘一番。
不料，小姐听后大发雷霆：

1　原作取自"时来风送滕王阁"的传说，喻指幸运，机缘巧遇。（唐）王勃在去交趾探望父亲的途中，虽千里迢迢，但一路顺风顺水，正赶上当时的洪都府阎都督九月九日重阳节在滕王阁宴请宾客。著名的《滕王阁序》就是王勃的即兴之作。

2　原作 kiến bò miệng chén（在杯口上爬的蚂蚁）与中国歇后语"锅沿上的蚂蚁（能爬得了多远）"意思相同，而中国读者也不难理解其义，故译文采用原作之越南俗语。

　　　　　"是谁凭空捏造，存心毁人名声？
　　　　　我丈夫怎会是这等庸俗之辈，
1560　定是哪个长舌妇在搬弄是非！"
　　　　　接着，对那二人惩戒施威，
　　　　　一个被拔牙，一个遭掌嘴！
　　　　　从此，府内外守口如瓶，
　　　　　对此事，无人再敢作声。
1565　宦姐闺中已恢复平静，
　　　　　她一如往日谈笑风生。
　　　　　心中怨恨却有增无减，
　　　　　一天，束生下马妆楼前。
　　　　　夫妻相见，互致寒暄，
1570　依然是情深深意绵绵。
　　　　　宦姐从容摆酒，为夫接风洗尘，
　　　　　二人各怀心事，言谈各留分寸。
　　　　　束生对妻子察言观色，
　　　　　欲择机对她实话实说。
1575　宦姐有说有笑，时醉时醒，
　　　　　丝毫未提丈夫纳妾事情。
　　　　　束生暗想："保密如此之好，
　　　　　我又何必不打自招！"
　　　　　他犹疑不定，进退两难，
1580　恐因小失大，索性不谈。
　　　　　二人插科打诨，相互逗趣，
　　　　　小姐言谈，时而不着边际：
　　　　　"是石还是玉，是铜还是金，
　　　　　早已心相知，何须再辨认！
1585　真佩服那些长舌妇的嘴巴，
　　　　　专爱编造别人的蜂蝶闲话。
　　　　　我若轻信传言，或头脑不够清醒，
　　　　　不仅自取其辱，还给世人留笑柄。"
　　　　　见她漫不经心，从容自然，
1590　束生顺势插话，搪塞敷衍。

东拉西扯，谈笑风生，

灯前月下，如影随形。

有道是，莼羹鲈脍最留人，[1]

不觉中，梧桐叶落秋已深。

1595　闲来无事，束生偶思江湖景色，

关山一别，转眼已四季风与月。

他暗自盘算，却难开口，

她已察觉，便顺水推舟：

"相公辞别椿堂，转眼一岁光景，

1600　理应早返临淄，尽孝昏定晨省。"

闻听此言，束生心结顿开，

立即启程，策马飞关越塞。

沿途，长天秋水相映一色，

青山沐骄阳，云烟锁城郭。

1605　束生飞马刚上路，

小姐归宁回宦府。

将满腹委屈向母亲倾诉，

他如何薄情，儿怎样受辱。

"转念一想，若将家丑张扬出去，[2]

1610　坏了他的名声，于儿又有何益？

倒不如，佯作毫不知情，

怎么办，自有妙计在胸。

去临淄，陆路耗时须月余，

欲快捷，海路径直最可取。

1615　备妥船只，选好人手，

将她带回，绳索伺候。

要叫她，糊里糊涂受尽凌辱，

折磨她，精神恍惚感觉麻木。

1　原作借典"莼羹芦荟"亦作"莼鲈之思"，寓意故乡亲情。（参见《晋书·张翰传》）

2　原作 ngứa ghẻ hòn ghen 为越南俗语，意思是疥疮之痒，妒忌之恨。在世人观念中这两种难以忍受的痛苦均不光彩，故宁愿自己忍受也不愿为外人所知。

先让儿，痛解此心头之恨，

1620 再叫她，留下笑柄于世人。"

对此计，老夫人表示赞许，

鼓励女儿实施，定胜无疑。

备好风帆云缆等一应物品，

选派阿鹰、阿犬等一群恶棍。

1625 每个环节均已叮嘱仔细，

一路顺风直奔临淄而去。

空闺窗前，翠翘独守，

愁思万千，萦绕心头。

桑榆暮景可安好？

1630 饮食起居谁照料？

盟誓断发已垂肩，

海誓山盟怎履践？

想自己，如此命薄人微，

苍天可让我心愿得遂？

1635 为何，命途如此多舛坎坷，

莫非，应孤身独守效嫦娥？

秋夜，风袭阵阵窗纱动，

天空，一弯新月伴三星。[1]

佛台前，她先焚香一炷，

1640 遂将自己的心愿倾诉……

忽见，花丛后有人影晃动，

一群恶徒冲出，杀气腾腾。

满院刀光剑影，狂呼乱叫，

翠翘大惊，不知如何是好。

1645 混乱中，她中了匪徒的迷药，

只觉得，头晕眼花渐失知觉。

匪人将她置于马上，

放火焚毁卧室书房。

从河边搬来一具无主弃尸，

---

1 束生名字（其心）中有一"心"字，形似一轮新月托着三颗星，喻指翠翘思念束生。

1650 来个偷梁换柱，有谁能知？
　　　仆人、家童吓得魂飞魄散，
　　　或草丛藏身，或树后避险。
　　　束翁的住处就在附近，
　　　见火光冲天，他惊恐万分。

1655 主仆齐出动，朝火场急奔，
　　　边忙着灭火，边四处寻人。
　　　风助火势，越烧越猛，
　　　家丁到处搜寻，不见翠翘踪影。
　　　众人惊惶失措，面面相觑，

1660 连水井、草丛都看个仔细。
　　　最后，来到翠翘住处，
　　　灰烬里见有一堆焦骨。
　　　良善之人怎知其中的阴谋，
　　　认定就是翠翘，不会有错！

1665 束翁见此，更是老泪纵横，
　　　儿尚未归媳罹难，倍感心痛。
　　　收拾遗骸，准备发丧，
　　　先行衾殓，再做道场。
　　　翠翘的丧事处理甫毕，

1670 束生从陆路回到住地。
　　　他径直朝书房和妆楼奔去，
　　　只见灰烬一堆和残垣断壁。
　　　转身来到老父家中，
　　　见翠翘的灵牌摆在正厅。

1675 听父亲讲述事发经过，
　　　他肝肠寸断，心如刀割！
　　　捶胸顿足，呼天抢地：
　　　"如此一淑女，死得太冤屈！
　　　实指望，梅竹之情永相悦，

1680 怎料想，一别竟然成永诀！"
　　　越痛心越想，越想心越痛，
　　　谁能驱散这思念愁雾重重！
　　　听说有位道士法术非凡，

能飞符致鬼，妙手通玄。

1685　上三岛，下九泉，[1]
所查结果，一目了然。
束生备礼前往迎请，
冀望寻得故人踪影。
道士俯身净坛前，

1690　灵魂出窍须臾间。
魂归体后述详情：
"人虽未见，事已查明。
此人今生冤孽尚重，
欲一死了之，恐难成！

1695　命宫显示，她正大难临头，
欲知详情，须待一年以后。
你们将明明相遇对面，
却似路人，不敢相见！"
听他说得离奇，束生暗自思忖，

1700　事情已然如此，此话怎可当真！
不过是巫师之一派胡言，
人在黄泉，怎能阳世再现！
惜花更觉春去早，神伤黯然，
今生今世，料难有幸再遇仙！

1705　本以为，花落水流事已安，
怎知道，竟有地狱在人间！
鹰、犬奸计已得逞，
遂将翠翘置船中。
船帆鼓胀驶速疾，

1710　一路顺风抵无锡。
上岸后，来到宦府大厅，
将人交上，鹰、犬邀功。
翠翘暂被置于门房，
昏睡沉沉仍在梦乡。

1715　一枕黄粱醒来，心中好生奇怪，

1　原作"三岛"即蓬莱、方丈和瀛台，为中国古代传说中仙人所居之地。

为何不见家门，眼前却现楼台？

她正懵懵懂懂，一片茫然，

忽闻，厅堂传令前去候见。

众丫鬟催促翠翘快走，

1720 她惶恐，紧随一人身后。

抬眼望，面前一座朱门深宅，

门挂匾额，上书"天官冢宰"。

晴天白日，仍有两行蜡烛点燃，

七宝宽床，一位老妇端坐上边。

1725 对她刨根问底，仔细盘查，

翠翘如实一一作答。

不料，老妇突然满脸怒气，

骂道："你这个淫荡贱女！

看样子，绝非良善之徒，

1730 非为叛主，即是弃夫。

似野鸡山猫行踪不定，¹

不清不白，来路不明！

既然你已卖身本府，

何必故作清高不俗！

1735 来人！家法伺候，

先打三十大板，叫她尝尝苦头！"

众仆人连连遵命，

翠翘纵有百口，也难辨清。

打手们一阵乱棍挥舞，

1740 她被打得已血肉模糊。

可怜一枚柔桃弱李，

怎堪经此风暴狂袭！

令她改名叫"花奴"，

派到绣阁作女仆。

1745 从此出入着青衫，

皮肤粗黑云发乱。

府内管家有个中年女人，

1　原作 mèo mả gà đồng（野猫山鸡），相当于汉语"不三不四"或"来路不明"的意思，考虑到中文读者完全可以理解，故译文照此越南成语直译。

见她端庄善良，心生怜悯。
送茶煎药，多方照料，
1750　良言慰劝，温情开导：
　　　"福祸皆由天，不得不认命，
　　　虽为蒲柳身，亦应多珍重。
　　　或因你尚欠孽债未还，
　　　落难至此，亦非偶然。
1755　这里隔墙有耳，万望多加小心，
　　　即使故人相遇，也勿彼此相认。
　　　以免风雨不测再遭难，
　　　蝼蚁之命到哪里喊冤！"
　　　听罢，翠翘泪流满面，
1760　思前想后，越思越想越心酸：
　　　"流落风尘，我已饱尝艰辛，
　　　此等灾难，更令人苦痛万分！
　　　纵然命薄，也不该苦难无尽，
　　　老天为何不肯放过红颜人！
1765　既然尚有夙债前冤，
　　　只能任由玉碎花残！"
　　　栖身矮檐下，低头度光阴，
　　　这一天，小姐回宦府探亲。
　　　母女见面，对坐闲谈，
1770　老夫人将"花奴"传唤。
　　　吩咐道："小姐身边缺人手，
　　　派你去那里，要好生侍候！"
　　　翠翘听命，跟随前往，
　　　怎知那里是地狱还是天堂！
1775　递巾栉发，日夜服侍主人，
　　　恪尽职守，做好婢女本分。
　　　一天，夜空晴朗静谧，
　　　小姐问及丝竹之艺。
　　　翠翘领命，抚琴奏曲，
1780　时如泉水滴落，时似窃窃私语。
　　　小姐感动，顿生惜才之心，

威严之气，似亦收敛几分。

他人篱下，翠翘栖身，

朝叹于影，暮悲于心。

1785 难忘，临淄尚牵未了情，

唯愿，来世萍水再相逢！

长天白云两茫茫，

遥望何处是故乡？

日复一日光阴逝，

1790 山隔水阻有谁知？

话说束生，自从鸳鸯两拆分，

独守空房，惆怅自怜落单人。

仰望天空新月，想她那弯娥眉，

瞥见残香余粉，他更心痛欲碎。

1795 夏荷残，秋菊开，

日短愁长，冬去春又来。

不知故人何处寻，

或许这就是命运！

束生偶发思乡情，

1800 决定返里即启程。

宦姐迎候已在门前，

依然一番嘘寒问暖。

小姐芳闺罗幔高卷，

特唤花奴出来拜见。

1805 翠翘迟疑，缓步前行，

远处望去，已不难看清：

"是骄阳刺眼，还是灯光欠明？

那座上之人，分明就是束生！

到此时，事情真相方明了，

1810 显然是，中了人家的圈套！

如此计谋，实在是闻所未闻，

天下竟有如此阴险的女人！

他和我分明是一对夫妻，

此时却变成了一主一婢。

1815 表面似无心机，有说有笑，

然内心狠毒，杀人不用刀。
如此天悬地隔，
我自该当如何？"
翠翘越看越感蹊跷，
1820　心中犹如乱麻缠绕。
慑于威严，不敢怠慢，
施礼毕，低头站一边。
此时，束生更是魂飞魄散：
"天啊，怎会是翠翘在眼前？
1825　为何，事情如此不可思议？
看来，是我中了她的奸计！"
恐被察觉，不敢多言，
却忍不住泪流满面。
小姐见状，忙问束生：
1830　"相公刚进家门，缘何如此动容？"
答曰："丧母服孝刚满，
陟屺瞻望，伤悲难掩。"[1]
小姐赞道："堪称孝子！
秋夜为你洗尘，借酒聊解哀思。"
1835　夫妻对酌，推杯换盏，
翠翘执壶，服侍两边。
宦姐百般刁难，对她折磨不休，
令其跪地，为他们斟酒。
此时此刻，束生更如呆似傻，
1840　和着泪水，将杯杯苦酒吞下。
随后转过脸去，佯作半醒半醉，
借口不胜酒力，意欲起身告退。
小姐厉声道："花奴且听仔细，
相公不饮此酒，我将重重罚你！"
1845　听此言，束生更似落魄失魂，
强忍痛，将杯中酒一饮而尽。
谈笑间，小姐似醉犹醒，

1　原作中"陟屺"系引自《诗经》中诗句："陟彼屺兮，瞻望母兮"（登上光秃秃的山，眺望
　　母亲），喻指束生丧母之痛。（见《诗经·魏风·陟岵》）

席未散，她又花样频生。
说道："我家花奴多才多艺，
1850 何不为相公献一曲！"
翠翘心神已木然，
领命抚琴锦屏前。
琴音哀婉如泣如诉，
束生心中万分痛楚。
1855 同是一曲丝竹声，
听者反应却不同。
一个喜形于色，一个痛苦在心，
束生悲伤难忍，低头暗拭泪痕。
宦姐厉声斥责翠翘：
1860 "欢聚之宴，缘何偏弹断肠调！
为何如此不明事理，
相公不开心，过错全在你！"
束生更加忐忑不安，
强颜欢笑极力敷衍。
1865 铜壶滴漏，已是三更时分，
看样子，小姐已满意称心。
她心中窃喜阵阵：
"一番捉弄终雪积恨！"
束生则肝胆欲碎，
1870 越思越想越伤悲。
宦姐得意，携夫双双入鸾帐，
可怜翠翘，青灯伴影恨夜长。
"直到此时方得领悟，
心狠手毒莫过妒妇！
1875 施奸计，将一对鸳鸯拆散，
使之各行其路，不得相见！
她和我，一个在天一个在地，
只有轻重之分，断无是非之理！
如此刑与罚，似轻实则重，
1880 但求了孽债，不再思缘情！
天涯沦落，柔弱婵娟，

　　　　　海深浪高，怎保安全？"
　　　　　长夜无眠独自怜，
　　　　　孤灯油尽泪已干。
1885　妆楼日夜服侍，不敢丝毫怠慢，
　　　　　一天，小姐问道："何故长叹？"
　　　　　翠翘择言巧应对：
　　　　　"奴婢因私事伤悲！"
　　　　　小姐立即吩咐束生：
1890　"拜托相公查问详情！"
　　　　　欲言不便，看着不忍，
　　　　　束生心中痛苦万分。
　　　　　唯恐不慎连累翠翘，
　　　　　只好慎言询问巧妙。
1895　翠翘低头，长跪花厅，
　　　　　请求纸笔，书面陈情。
　　　　　书毕，当场向小姐面呈，
　　　　　宦姐看罢，似心有所动。
　　　　　遂将纸笺递与束生，
1900　叹道："其才应重，事堪同情。
　　　　　此人若是富贵之命，
　　　　　定有金屋藏娇之幸！
　　　　　如此一婵娟，飘零尘世间，
　　　　　有才偏命薄，此情实堪怜！"
1905　束生附和："此话言之有理，
　　　　　红颜薄命，岂止一人遭际！
　　　　　古往今来皆如此，
　　　　　应以慈悲为怀方是。"
　　　　　小姐接言："按其笺上所陈，
1910　薄命人有意皈依佛门。
　　　　　也罢，索性让她遂愿，
　　　　　助其脱离尘世苦难。
　　　　　观音阁就在咱自家花园，
　　　　　那里花开四季，古树参天。
1915　还有假山莲池，草木葱茏，

让她前去守寺，兼抄佛经。"
翌日，天刚破晓，
香、花、五供一应备好。
翠翘被带到佛堂前，
1920 受过三皈五戒，从此与佛结缘。
换上袈裟，脱下青衫，
新取法名叫"濯泉"。
寺内点灯用油，小姐已备妥，
还加派春花、秋月照料香火。

1925 从此，翠翘佛堂安身，
日近紫竹，远离红尘。
俗缘已断不再求，
从此再无脂粉忧。
慈悲佛前脱苦痛，
1930 日抄佛经夜念诵。
杨枝甘露润心田，
欲火已灭尘缘断。
自披袈裟入禅院，
秋庭月已几度满。

1935 栓横锁紧扣，佛门独自守，
人前强言笑，人后泪暗流。
从书房到经阁，
虽然近在咫尺，却似关山远隔。
束生无奈，只能心中苦叹，
1940 一天，适逢小姐归宁问安。
趁此机会，他溜出书院，
急赴观音阁，与故人相见。
泣下最悲离别苦，
珠泪涟涟湿青衫：[1]
1945 "是我负你深情，

---

1 原作借白居易《琵琶行》诗句"座中泣下谁最多，江州司马青衫湿"之意，描写束生内心难以言表的苦痛。

无力护花，害你受尽苦痛！
自愧不如妇人心机，
看着我心痛，欲言又顾忌！
为我，让你受尽凌辱，

1950 玉埋黄沙，青春枉送！
为情，本应不避险凶，
与你，本应生死与共。
但忧宗祠无后人，
只好忍痛解同心。

1955 誓言未履践，无颜面故人，
纵有百身亦难赎一诺千金！"
翠翘道："我似浪中一孤舟，
沉浮皆由命，漂泊任水流。
卑微之身，在泥淖中挣扎残喘，

1960 多次死里逃生，哪知还有今天！
也曾想过，索性舍弃我一身，
以此昭告天下人！
但念你我曾经的琴瑟之欢，
不能终相守，也有一日缘。

1965 你若助我出牢笼，
此已情深义亦重。"
束生道："我心中盘算已久，
但人心难测，唯恐考虑不周。
倘若突遇暴雨狂风，

1970 你将苦上加苦，我更痛上加痛。
看来你确实应高飞远走，
权当彼此恩爱已到尽头。
从此，你我相别各东西，
不知，何时情缘可再续?

1975 纵然海枯石亦烂，
春蚕虽死丝难断。"
细语缠绵，追昔抚今，
知心话语，诉说不尽！
四目深情相对，双手相握紧紧，

1980 忽闻，远处传来花婢的声音。
二人忍泣，各站一边，
只见小姐已来到面前。
她温情含笑，轻声细语：
"相公缘何也在这里？"

1985 急中生智，束生谎称：
"出来赏花，顺观濯泉抄经。"
赞道："可谓笔工妙绝，
堪比'兰亭序'之帖。
如此才华千金难得，

1990 可惜其身江湖流落！"
接着，夫妻对饮品茗香，
茶毕，悠然相携回书房。
翠翘心中羞愧又恐惧，
向花婢轻声询问仔细。

1995 答曰："夫人早已来到此，
蹑足偷听已多时。
听清所有的缠绵话语，
你们的事情，她尽知底细。
如何恩爱情深，如何痛苦牵缠，

2000 他怎样捶胸顿足，你怎样对天长叹……
夫人摆手，让我静立一边，
直至听厌，她方举步上前。"
翠翘听罢，吓得魂飞魄散：
"此等女人，古今罕见！

2005 如此胆识，这般谋算，
令人不寒而栗，毛骨悚然。
其城府之深世间少有，
束生哪里是她的对手！
既然握有证据确凿，

2010 谁不切齿妒火中烧！
她却丝毫不动声色，
谈笑自如，态度温和。
愠形于色为常情，

怒而反笑心难测！

2015　常言道，虎口蛇毒妇人心，[1]
　　　我须从长计议，保全自身。
　　　如不尽快远走高飞，
　　　久困园中，花必遭毁。
　　　我命如浮萍，何惧水卷泥沙，

2020　漂泊到哪里，也是只身天涯！"
　　　唯恐他乡流落，孤苦伶仃，
　　　要想求生，怎可两手空空？
　　　思来想去，苦无妙计，
　　　忽见，佛台上有金银物器。

2025　随手抄起，以备不时之需，
　　　一直等到，三更鼓声响起。
　　　纵身一跃，顺利翻过花墙，
　　　一路西行，紧随残月之光。
　　　山高路崎岖，林密雾茫茫，

2030　鸡声茅店月，人迹板桥霜。[2]
　　　孤女，黑夜，长路漫漫，
　　　惊恐，忧伤，不胜凄婉。

第六卷

　　　日出东海，泽披扶桑，
　　　迷茫一片，何去何往？

2035　忽见远处有座寺院，
　　　挂有"招隐庵"之门匾。
　　　翠翘疾步上前叩门，
　　　住持闻声出迎客人。
　　　见其一身禅家打扮，

2040　师傅觉缘心生爱怜。
　　　详细询问客人来自何方，
　　　人地两生，翠翘只好说谎：

1　原作 miệng hùm nọc rắn（虎口蛇毒）喻指宦姐心狠手毒。中国古人有云：猛虎口中剑，长蛇尾上针。两般犹未毒，最毒妇人心。

2　原作借用（唐）温庭筠《商山远行》中的诗句来衬托翠翘一路奔逃的凄凉和无助。

"小尼原籍北京，
多年佛门修行。
2045　师傅稍后即到，
小尼奉命敬献法宝。"
她解下金钟银磬，
将宝物一一面呈。
觉缘看罢说道：
2050　"此为恒水对我厚情。
你只身一人，路上恐有不便，
先在此歇息，等候师兄几天。"
翠翘心中暗喜，暂得栖身云庵，
每日禅茶斋饭，时光流逝悄然。
2055　那些经偈旧句，早已烂熟于胸，
灯油香火之事，每日打理轻松。
朝夕贝叶抄经，兼管云幡降升，
月夜拨灯添油，霜晨执杵撞钟。
觉缘见此尼聪慧过人，
2060　愈是疼爱有加，她愈立足更稳。
禅门度日，不觉春之将去，
月洒银辉，花开落红满地。
云淡风轻春光暖，
忽有檀越访珈蓝。[1]
2065　拿起金钟银磬，仔细打量。
赞道："此物与宦姐家的极像！"
闻听此言，觉缘心中生疑，
夜深人静，再次盘问小尼。
见已无法隐瞒下去，
2070　翠翘只好坦陈底细。
并说道："事已至此，
一切听凭师父处治。"
觉缘听罢，不禁大吃一惊，
既怜又怕，令她心绪难宁。

1　"檀越"和"珈蓝"皆为梵语。檀越为施主；珈蓝为僧园或僧院，即僧侣所居之寺院。

2075 附耳翠翘，道出心中忧虑：
　　　"佛门宽广，并非不能容你。
　　　唯恐日后有何不测，
　　　让你受苦，我心难过。
　　　不如另寻生路，远离此地，
2080 勿等事到临头，悔之晚矣！"
　　　附近有户人家姓薄，
　　　是常来禅院的香客。
　　　觉缘捎去口信，细陈个中原因，
　　　望能腾出住处，可让翠翘安身。

2085 翠翘庆幸，得此栖身之地，
　　　未及多想，急忙搬了过去。
　　　不料，薄婆也是个老牌暗娼，
　　　与秀婆本是同门，操业同行。
　　　见翠翘容颜娇美，心中窃喜，
2090 这笔买卖，定可稳赚厚利。
　　　她编造种种凶险事端，
　　　把翠翘吓得心惊胆战。
　　　又故意催她速离此门，
　　　不然，就得赶快嫁人！
2095 威胁道："你只身千里出逃，
　　　遍传远近，名声不好。
　　　恐被连累而蒙受冤屈，
　　　谁敢将你收留在家里！
　　　赶快找个人家嫁出去，
2100 否则，插翅也难逃离！
　　　然而近处多有不便，
　　　远处又无合适人选。
　　　我有个侄儿叫薄幸，
　　　本是自家骨肉亲情。
2105 现做生意在台州，
　　　老实本分人忠厚。
　　　看来，此事你务必答应，

成亲后，可去台州谋生。
到了那里，谁也不认识谁，
2110 海阔凭鱼跃，天高任鸟飞。
你若拒绝这门亲事，
日后遭灾，后悔已迟。"
翠翘更加愁眉紧锁，
越听越怕心如刀割。
2115 多少次，走投无路陷泥淖，
如今已途穷，无奈长叹道：
"我如离群之燕，惊弓之鸟，
见曲木而高飞，余悸难消。
万不得已再嫁人，
2120 知人知面怎知心？
倘若有个一差二错，
碰上人贩子，后果将如何？
谁若有意前来求婚，
也应共同对天明心。
2125 让苍天厚土来鉴证，
患难与共风雨同行！"
闻听此言，薄婆方走出家门，
通知薄幸，须尽快准备成亲。
一间新房，收拾得像模像样，
2130 又是洒扫庭除，又是摆案烧香。
紧接着，薄幸急忙跪下，
对着土地和城隍，信口开河把誓发。
共结同心定盟章，
共牵红线入洞房。
2135 成亲后，新娘即被送上船，
直奔台州，一路顺风扬帆。

船到码头刚停稳，
薄幸上岸去找人。
这是一家老牌行院，
2140 专靠皮肉生意赚钱。

看人论价，双方一番还讨，
十倍厚利，薄幸卖掉翠翘。
买主租花轿把翠翘接去，
此时早已不见薄幸踪迹。
2145 台阶前，花轿刚落稳，
从屋中，走出一女人。
将翠翘领进门，行礼参拜家堂，
同为白眉神像，也是青楼教坊！
见此情景，翠翘顿时明白，
2150 然笼中之鸟，只能叹无奈！
恨只恨，这该死的桃花命，
刚爬出漩涡，又落入陷阱！
想想此等人生，实在令人生厌，
何才与何情，惹得天妒地也嫌！
2155 浊水投矾，水本已清，
无奈，又被几番搅动！
洪钧主对红裙客，¹
如此肆意折磨，为何不肯放过？
"几度落难，颠沛流离，
2160 自从离家那天起，此身就已豁出去。
青春人生何罪之有？
如今红颜已逝，为何仍不罢手！"
看来，今生在劫难逃天命，
索性，重涂脂粉打发余生！

2165 日复一日，风清月朗，
突有一边陲客人来访。
燕颔虎须，眉似卧蚕，
肩宽五寸，身材伟岸。
堂堂一派英豪模样，
2170 精通拳棍，韬略非常。
一顶天立地大英雄，

1　原作用"洪钧"一词，汉语意为天；"红裙"为女子。

姓徐名海，祖籍粤东。

江湖驰骋，性喜自然，

半肩琴剑，一棹江山。

2175　闻听翠翘才色出众，

英雄心亦动儿女情。

来到妆楼，递上名帖，

四目相对，两心相悦。

徐海道："人生贵在心相知，

2180　岂似风月欢愉一时！

久慕红颜堪称绝代，

可曾有人获你青睐？

佳人本当与英雄相遇，

怎屑与笼鸟池鱼嬉戏！"

2185　翠翘回道："此乃过奖之言，

妾身卑微，怎敢把人轻看！

纵然心已辨金石，

怎知肝胆向谁是？

迎来送往，本是行院规矩，

2190　金铜取舍，岂能由得自己！"

徐海道："此言意切情真，

令人再忆平原君。[1]

请走近前来仔细端详，

对我，可冀几分厚望？"

2195　翠翘道："果然是君子之量，

有朝一日，定将龙飞晋阳！[2]

闲花野草，蒙君深情爱怜，

然我命薄，怎敢企望长远！"

闻听此言，徐公点头频频，

2200　笑曰："自古知己能有几人？

如此洞察力实非同一般，

1　徐海借"平原君"自诩。平原君为战国赵武王之子，名赵胜，相传有食客三千人，与齐孟尝君、魏信陵君、楚春申君，被称为"四公子"。(唐)高适《邯郸少年行》有诗句"未知肝胆向谁是，令人却忆平原君。"

2　原作借用(唐)高祖李渊晋阳起兵，最后推翻隋炀帝定天下建立唐朝之典，暗喻徐海将成大业。

识英雄于寒微方为慧眼！
一句话足见你我为知己，
日后，同享万钟千驷无疑！"
2205 情投意合，两心相许，
自然天成，共结连理。
找来媒人与行院相商，
按原价付银，翠翘从良。
新房安置在一幽静之地，
2210 七宝床、八仙幔一应备齐。
英雄男儿与婵娟女，
良缘如愿，龙凤比翼！

时光半载，新婚宴尔情正浓，
大丈夫壮志四方，徐海心动。
2215 放眼远望，海天一色茫茫，
决意佩剑跨鞍，征战沙场。
翠翘道："女子出嫁应从夫，
妾欲随君行，与君共甘苦！"
徐海道："你我相知至诚，
2220 为何仍未脱此儿女常情？
有朝一日，统领十万精兵，
锣鼓震天响，旌旗遍地红。
待到那一天，我已四海扬名，
亲自接娘子，共享夫贵妻荣。
2225 如今，四海漂泊行踪不定，
有你在身边，我恐心难宁。
暂且在此耐心等候，
一年时光，哪有多久！"
随即，徐海毅然启程远去，
2230 似大鹏展翅，瞬间千万里！
从此后，窗前孤单一红裙，
长夜独自守，镇日紧闭门。
园中瑟萧，青苔掩路无足迹，

草高盈尺，柳树枝瘦叶疏稀。

2235 遥向故里望梓枌，[1]

乡魂悠悠逐秦云。[2]

椿萱体渐衰，儿心痛阵阵，

日夜思儿苦，可曾减几分？

年复一年光阴逝，转眼已过十余载，

2240 此时双亲若健在，恐已肤皱鬓发白。

深埋旧情成遗憾，

藕虽折断丝尚连。

如若，妹已代履前盟续红线，

想必此时，孩子已怀抱手牵。

2245 心系故土，他乡游子情深，

思前想后，心中五味杂陈。

鸿鹄高飞志凌云，[3]

望眼欲穿盼佳音。

朝思暮念愁绪难遣，

2250 一方又起兵戈之乱。

一片杀气腾腾，恐惧气氛弥漫，

江中水军云集，路上兵甲布满。

亲朋近邻纷纷前来探望，

皆劝她寻安全之地躲藏。

2255 翠翘道："我们已有约在先，

再危险也不能背弃诺言！"

她正不知所措，心中茫然，

忽见，旌旗飞舞锣鼓喧天。

门前，一群兵士蜂拥而至：

2260 齐声问道："夫人可在此？"

---

1 "梓枌"为"桑梓"（见《诗经·小雅·小弁》）和"枌榆"（见《史记·封禅书》）之简称，
  木名，喻指父母、故乡。

2 原作"秦云"取自（唐）韩愈《左迁至蓝关示侄孙湘》译诗中的"云横秦岭（家何在）"，
  寓意对家乡的眷恋之情。

3 据陶维英《翘传辞典》解释，原作之"鸿翼"为"鸿鹄之翼"，喻指徐海之志向高远。汉
  高祖刘邦有诗《鸿鹄歌》云："鸿鹄高飞，一举千里。"

十位将军分立两旁，
收剑解甲，叩拜娘娘。
宫娥、彩女整齐列队，
齐呼："奉旨迎接娘娘于归！"

2265 凤辇鸾仪等候门前，
凤冠霞帔金光闪闪。
路边插旗，锣鼓威风，
丝竹悠扬，花轿起动。
火牌开路疾行，

2270 直奔南庭大营。[1]
城挂彩旗，礼炮齐鸣。
徐公上马，门外亲迎。
衣冠整齐，光辉耀眼，
燕颔蚕眉，一如从前。

2275 笑曰："你我情如鱼水，
可记得当年初会？
我曾说，英雄方识英雄，
到如今，你可心遂愿从？"
翠翘道："妾本卑微见识浅，

2280 葛藟幸运，得靠大树避风险。
今日已得亲眼见，
不枉识君在当年！"
手执手，夫妻二人笑逐颜开，
锦帐中，诉说不尽情深满怀。

2285 设宴摆酒，犒将赏兵，
鼓声阵阵，军乐齐鸣。
今日荣华，堪偿昔时风尘艰辛，
心心相印，两情依依恩爱日深。

偶遇军中无事，闲话轻松，
2290 往事桩桩件件，回忆从容：
"想当年，先在临淄再到无锡，

_____

1 "南方朝廷"系指徐海在闽粤一带自立朝廷。

受尽欺凌，是妾落难伤心地。

如今，身已轻松磨难消，

唯念，恨尚未雪恩未报。"

2295　从头至尾，徐公认真聆听，

不禁怒发冲冠，气愤难平。

立即选调强将精兵，

一声令下星驰讨征。

三军将士高举红旗，[1]

2300　一路赴临淄，一路奔无锡。

将昔日的薄情恶人，

悉数捉拿归案候审。

接着，派人又把令传，

务必确保束家安全。

2305　宦府管家，法师觉缘，

也分别差人请来候见。

军前誓师，讲明缘由事端，

个个义愤填膺，神情威严。

恩仇分明，天道无枉，

2310　各方嫌犯，捉拿到场。

全军上下，剑戟长矛凛凛寒光，

内有侍卫把守，外站士兵两行。

队列威风，军纪严整，

铜炮布满地，旌旗一片红。

2315　威严虎帐，设在中军，[2]

并肩坐着徐公和夫人。

军帐中，开堂之鼓刚擂响，

辕门外，点名众犯押上堂。

徐公道："恩与怨，分两边，

2320　如何报恩雪恨，夫人自行决断。"

翠翘道："妾借君之威名，

得遂愿，理应先报恩谢情。

报恩雪恨，依照顺序进行。"

1　古代行军作战分左、中、右（或上、中、下）三军。

2　中国古代作战时，主将在中军发号施令。

徐海道："一切皆由夫人决定！"

2325 翠翘下令请来束郎，

束生面色如土，身似筛糠。

翠翘道："此人对我义重如山，

可认得，临淄故人就在眼前？

同心梦难圆，皆因参商定，[1]

2330 此事不怪你，焉可负你情！

赠银千两锦百匹，[2]

聊表我心存感激。

你妻工于心计，鬼怪精灵，

今日冤家路窄，难逃报应！

2335 果然是'杯口之蚁能爬到哪里'，

如此深谋，理应报以厚'义'！"

此时，再看束生这边，

大汗淋漓，湿透衣衫。

他心中，恐惧与惊喜俱生，

2340 为宦姐惊恐，为翠翘高兴。

接下来，有请管家、觉缘到场，

翠翘起身，恭请二位落座上方。

紧挚二人手，请她们仔细看：

"我就是昔日的花奴和濯泉！

2345 想当年，我四处漂泊无地栖身，

纵有金山一座，难抵恩人怜爱之心。

这是黄金千两，算作薄礼一份，

实可谓，千金难报漂母深恩！"[3]

两人愕然，面面相觑，

2350 半是惊恐，半是欣喜。

翠翘道："还请二位稍候，

且看我如何雪恨报仇！"

1　原作之"参商"即参星和商星。它们升落时间各在一早一晚，永不相见，中国自古有"参
　　商二星，其出没不相见"之说。

2　原作为"千斤"，考虑到中国古代称量金银等钱币的单位一般为"两"或"锭"，故本句将
　　原文中的"斤"译成"两"。

3　原作借典"韩信少时钓于城下，有漂母见信饥，与饭食。后信为楚王，召漂母，赐千金"。
　　（参见《史记·九二淮阴侯列传》）

　　说罢，喝令所有嫌犯到齐，
　　当庭候审，带上各人案底。
2355　刀枪林立，剑拔弩张，
　　先提首犯宦姐到堂。
　　见面后，翠翘一番寒暄：
　　"可曾想到，小姐也有今天？
　　身为女人，你实在非同一般，
2360　千古难寻，世间少见！
　　善良贤淑本为红颜天性，
　　刻薄狠毒，欠下孽债必重！"
　　闻听此言，宦姐魂飞魄散，
　　连连叩头，恳求处置从宽：
2365　"身为女人，素乏宽广心胸，
　　妒嫉吃醋，亦属人之常情。
　　想当年，让你到观音阁抄经，
　　逃离后，并未追查你的行踪。
　　其实，我内心对你颇为敬重，
2370　只不过，实难容忍同夫争宠。
　　已然对你造成伤害不轻，
　　还望海涵，求你大度宽容！"
　　翠翘道："此话倒也在理，
　　且谈吐不俗，聪明至极。
2375　不予追究，权当是你运气好，
　　否则，未免显得我气量太小。
　　既然你已知错，并有悔恨之心，
　　我马上传令，就地放人。"
　　大堂上，宦姐连连叩头谢恩，
2380　辕门外，另一干犯人被押进。
　　翠翘喝道："苍天在上，天网恢恢，
　　你们害人终害己，这能怪得了谁！
　　薄婆、薄幸皆在前面，
　　犬鹰、楚青各站一边！
2385　还有马监生和秀婆，
　　可知道，这是你们罪有应得？"

接着，对刀斧手传令，
按每人发誓之言用刑！
一个个，皮开肉绽鲜血流，
2390　众人见状，吓得胆破魂丢。
世间万事有天理，
多行不义必自毙！
此等恶徒薄情寡义，
恶果自酿，咎由自取！
2395　三军将士法场齐聚，
青天白日鉴证明晰！
翠翘恩怨偿报已清，
觉缘匆忙前来辞行。
翠翘道："千载难逢之机，
2400　故人相见实属不易。
萍漂云散难相聚，
野鹤闲云何处觅？"
觉缘道："要不了多久，
不出五年，将再次聚首！
2405　犹记得，一次远方行脚时，
巧遇三合道姑，素为先知。
她曾预言你我的相会之期：
此为一次，五年之后再相遇。
如今方知，万事皆前定，
2410　这次已应验，下次亦必灵。
你命中尚有恩爱情系，
机缘未尽，何必着急！"
翠翘道："果然是前定先知，
大师之言，必准无疑。
2415　何时，二位法师再次相遇，
烦请代为询问：我之命运结局。"
觉缘欣然答应帮忙，
随即辞别，云游四方。

自从恩怨偿报已清，

2420 冤海得平心绪渐宁。
　　翠翘长跪深谢徐公：
　　　"妾本蒲柳身，怎知有此幸！
　　　全凭君之威，得君义相助，
　　　妾愿方得遂，今己释重负。
2425 此生此世，妾将刻骨铭心，
　　　肝脑涂地，报君义重恩深！"
　　徐海道："古今义士贤良，
　　　觅得知己，岂可一日时光！
　　　既称英雄，就应侠肝义胆，
2430 路见不平，焉能袖手旁观！
　　　何况，此乃自家之事，
　　　无须言谢，方为相知！
　　　你尚有年迈双亲，
　　　秦越遥远两地分。
2435 何时你们阖家团圆，
　　　此愿得遂，我心方安！"
　　传令军中大摆酒宴，
　　共庆翠翘得雪沉冤。
　　接着，一鼓作气立即出击，
2440 军威势如破竹，所向披靡。
　　称霸一方，边陲朝廷自立，
　　文武皆备，敢与当朝抗礼。
　　风卷残云几番讨征，
　　连下南疆五个县城。
2445 十年风尘一剑利，
　　酒囊饭袋怎堪击！
　　边陲一方，徐公驰骋纵横，
　　多少孤寡、伯王，一手加封！[1]
　　旌旗所到之处，谁敢与之争强？
2450 闽粤海滨称雄，转眼五年时光。

　　朝中有一位总督重臣，

---

[1] 原作"孤寡"（cô quả）为王侯的谦称。

其名胡宗宪，韬略过人。
奉旨出师，身为朝廷特差，
手握重权，受封剿寇元帅。

2455　久闻英雄徐海大名，
其夫人亦参事军中。
胡公按兵不动，计以招安为上，
派人带上黄金玉帛，前往劝降。
对夫人，备厚礼专送：

2460　金玉千两，彩女两名。
先差人送信至中军，
徐海心中一团疑云：
转战多年，楚吴讨征，[1]
亲创大业，名就功成。

2465　如此拱手归顺朝廷，
降臣一个，是何身份又何名？
官服束身，毫无自由，
躬身弯腰，做甚公侯！
怎比得，边陲王位独坐，

2470　凭实力，朝廷怎奈我何！
翻天搅海任意驰骋，
谁敢对我发号施令？"
然而，翠翘却信以为真，
可谓，巧言厚礼易动心。

2475　想自己，似水上浮萍，
时乖运蹇，多年飘零。
如今，夫君受封贵为朝臣，
实乃康庄大道，平步青云。
于公于私，可谓两全其美，

2480　家乡故里，亦可衣锦而归。
到那时，身为堂堂命妇，
一可扬眉吐气，二可光宗耀祖。

1　原作 bể Sở sông Ngô（吴江楚海）泛指中国南部。楚国为中国春秋战国时代的一个诸侯国。
其辖地大致为现在的湖南、湖北全部，重庆、河南、安徽、江苏、江西部分地方；吴国为
周朝时的一个诸侯国，位于今苏皖两省长江以南部分。在此句诗中喻地域广阔之意。

上为国，下为家，
忠、孝两全成佳话。
2485　远远胜过，一叶孤舟水中漂，
镇日心惊，风云骤起浊浪高。"
翠翘暗自思近虑远，
择机道出心中之见：
"如今皇恩浩荡，
2490　圣泽滋润深广。
地平天成功德无量，
万民披泽圣恩久长。
自从刀兵事起连连，
无定河边尸骨如山。¹
2495　何苦留恶名，令后人耻笑，
千年后世，有谁称颂黄巢！
怎可比得，禄厚权高，
如此功名，怎可轻抛？"
听夫人所言情顺理当，
2500　徐公决定，弃攻为降。
急忙整仪，接待来使，
约定期限，解除武装。

轻信对方，城下订盟，
偃旗息鼓，军纪懈松。
2505　兵不操练，心不设防，
官军探底，虚实尽详。
胡公决计抓住战机，
先礼后兵择时突袭。
先锋高举招安大旗，
2510　仪仗在前，后有铜炮藏匿。
徐公不知是计，
身着礼服向辕门走去。
即刻，胡公发出暗号，

1　原作"无定河边骨"系借用晚唐诗人陈陶《陇西行四首》之诗句："可怜无定河边骨，（犹是深闺梦里人）。"喻指战争之残酷。

四面摇旗，三方开炮。

2515　徐海正感困惑茫然，

瞬间猛虎已落平川！

阵前不畏生死，

方见英雄肝胆！

徐公虽已英魂归天，

2520　却仍昂首直立阵前。

稳若磐石，坚如铸铜，

推之不倒，撼之不动。

官军继续追击，

杀气腾腾，无人能敌。

2525　徐军壕垒狼藉一片，

混乱中，翠翘被拉到徐公身边。

四面，箭飞石落如雨，

只见，徐公依然挺立。

翠翘哭诉："智勇双全英雄汉，

2530　只因误听妾言，遭此生死劫难。

此时此刻，妾已面对无颜，

不如一死，与君共赴黄泉！"

她泪流满面如秋雨，

说罢，一头栽倒在地。

2535　或许是英魂冤气相牵缠，

徐海随即倒在翠翘身边！

官军见状，不胜感伤，

轻轻将翠翘扶到一旁。

她被送至官军营垒，

2540　胡公上前殷勤劝慰：

"可怜，如此柔弱红颜，

不幸遭此兵戈之难。

虽然我早已庙堂成算，

也有你之功劳在里边。

2545　如今，事已功成圆满，

有何要求，尽管直言！"

翠翘更加泪如泉涌，

犹豫片刻，方缓缓陈情：
　"徐海无愧好汉英雄，
2550 天南地北纵横驰骋。
　只因对我之言过于听信，
　方屈百战之身甘为朝臣。
　满以为，从此可夫妻荣显，
　想不到，顷刻间命丧黄泉！
2555 他海天驰骋整五载，
　生死始终置之度外。
　说什么我劝说有功，
　此言令我无比心痛！
　功不足道，罪孽却十分深重，
2560 与其苟活，不如一死了残生。
　求赐黄土一堆浅葬夫君，
　算作慰藉生死与共之人！"
　听此言，胡公心生同情，
　遂传令，河边草葬徐公。

2565 大摆酒宴，犒赏三军，
　丝竹喧闹，官兵畅饮。
　翠翘奉命侍宴军中，
　胡公半醉，命其抚琴助兴。
　曲如凄风阵阵，苦雨绵绵，
2570 翠翘指尖滴血，浸染琴弦。
　似蝉吟猿鸣，声声凄悲，
　胡公边听，边蹙眉垂泪。
　因问道："此为何曲，
　听来令人感伤悲戚？"
2575 翠翘答曰："此曲为'薄命'，
　系年少时闺中谱成。
　昔时只是偏喜薄命曲，
　怎知今日果成薄命女！"
　胡公越听越看越神销魂荡，
2580 铁面之人亦难脱儿女情长！

因叹道："三生香火姻缘，
谁人可将红丝续牵？"
翠翘回曰："沦落之人，
身正服丧祭冤魂。
2585　花已凋谢红亦残，
小怜之琴已断弦。[1]
若有慈悲之心怜红裙，
请赐我死前得见梓枌。"
庆功宴上，胡公大醉酩酊，
2590　次日凌晨，头脑方渐清醒：
"身为国之重臣，
上有高官，下有庶民。
岂可似风流浪子，
此事当如何处置？"
2595　一天拂晓，胡公来到衙中，
忽然心生一计，当即决定：
"将她嫁给一土酋小官，
违抗官令，量她不敢！"
月老为何如此多事端？
2600　闭着双眼乱把红线牵！

一顶花轿，直奔码头抬上船，
只见船上，罗幔低垂灯高悬。
翠翘双眉紧蹙，花容失色，
面对此等"喜事"，心无半丝愉悦！
2605　任由沙埋浪卷，了结苦痛人生，
唯负双亲养育，枉此一世聪明！
海角天涯路茫茫，
此身生死寄何方？
是缘？谁人忍将红丝剪断！
2610　是债？是谁一手强加红颜！

1　原作中的"小怜"即古代中国齐后主贵妃冯小怜。因其貌美，且"慧黠，能弹琴，工歌舞"，
　　故获齐王专宠，遭遇坎坷。齐亡后被掠，在临死前曾作《感琵琶弦》一诗：虽蒙今日宠，
　　犹忆昔时怜。欲知心断绝，应看膝上弦。

缘何，我之命运如此不济？
苟活，也是打发时日而已！
生既无乐趣，
死又何足惜！
2615 似这般，苦难折磨无尽，
倒不如，从此香消玉殒！
眼见天空月已西偏，
孤独翠翘坐立不安。
浪叠层层高，涛拍声声响，
2620 询问方知晓，船已到钱塘。
忽然想起神梦之意，
断肠劫尽当在此地！
"淡仙，你可一定要记得，
今日践约，请在水下等我！"
2625 见灯下放有花笺，
提笔留下绝命言。
接着，抬手掀起舱门珠帘，
眼前，江阔天高广袤一片。
口中念道："徐公于我恩重情深，
2630 我却以为'利国'，铸成负君之恨！
弑夫又嫁夫，
何颜世间立足？
但求一死了百过，
愿将此心付山河！"
2635 眼前，波涛汹涌一片汪洋，
翠翘纵身，跃入滚滚巨浪！
土官急忙派人动手打捞，
然已芳踪无影玉沉钱塘！
甚堪怜，如此人生，
2640 才色何用？反害命！
生前，饱尝人间流离苦痛，
待到劫数尽，一切皆成空！
风尘十五载，数吟断肠篇，
天下红颜女，当以此为鉴！

2645 人生至此，万事皆休，
　　　阴极阳回，难知其后。
　　　如此孝义之人，古今罕见，
　　　屡遭老天作弄，更令人怜！

　　　　　第七卷
　　　觉缘辞别翠翘之后，
2650 身背葫芦藤箧，四方云游。
　　　一天，她得遇三合道姑，
　　　将翠翘之事询问清楚：
　　　"如此孝义至极之人，
　　　缘何总被断肠之苦缠身？"
2655 师曰："福祸皆为天定，
　　　其根却由心生。
　　　既有天理，也在心中，
　　　福祉在于修，冤孽盖因情。
　　　翠翘乖巧甚聪明，
2660 却因红颜而薄命。
　　　又为一个情字所困，
　　　情丝缠身，越绕越紧。
　　　即使她身处幽闲之境，
　　　也难立得安稳坐得宁。
2665 冥冥中，似有鬼引神领，
　　　偏寻断肠狭路而行。
　　　灾祸无休止，何处是尽头？
　　　两番为奴婢，二度堕青楼。
　　　遭遇兵刀战祸，
2670 寄身虎口狼窝。
　　　前途渺茫，江中暗涛汹涌，
　　　走投无路，唯求葬腹鱼龙。
　　　冤与情如影随形，
　　　苦与痛心中自明。
2675 一生总被苦难缠绕，
　　　断肠劫尽灾难方消。"

闻听此言，觉缘大惊：

"如此一生，实堪同情！"

师曰："然却无须担忧，

2680 缘与业，轻重之分还在后头。

细观翠翘之业，

她虽多情，却无淫邪。

并以深情报大义，

卖身赎父，感天动地！

2685 害死一人，救得众生，

利弊清楚，是非分明。

谁人堪比此德此功？

宿债前冤皆已洗清。

必要之时，天将助其遂愿，

2690 还清前世债，补偿后生缘。

觉缘若念昔日之情，

可备小筏，钱塘江边候迎。

助她前盟得履践，

此为吾等善缘，亦是福降自天！"

2695 听罢，觉缘欣喜开颜，

钱塘寻趣，来到江边。

动手搭建茅庐一间，

似与碧水祥云相连。

重金雇请两位渔夫，

2700 撒网拦截，日夜守护。

为了营救翠翘，不惜工本时间，

如能在此相遇，她将时来运转。

翠翘投江，任由涛拍浪卷，

顺流而下，漂至值守船边。

2705 渔夫拉网，将她打捞上船，

想到三合预言，果真灵验！

她罗衣湿透，静卧在船头，

虽浸水多时，却容颜依旧！

觉缘经辨认，确认是翠翘，

2710　此时尚未醒，云梦正逍遥。
　　　沉沉昏睡，依稀香魂游荡，
　　　忽见，当年的淡仙站身旁。
　　　淡仙道："我一直将你等待，
　　　到如今，辗转已过十几载。

2715　你命薄德厚堪称奇，
　　　如此孝义谁人能比！
　　　你心至诚，感天动地，
　　　卖身为孝，救人是义！
　　　上为国家，下为庶民，

2720　阴功无量，厚德广深！
　　　断肠册上，你名已除，
　　　断肠诗篇，奉还原主。
　　　日后，你将好运久长，
　　　前缘再续，后福尽享。"

2725　翠翘心中正茫然，
　　　忽听有人唤"濯泉！"
　　　此时，她方从梦中惊醒，
　　　眼前的景象一片陌生。
　　　船上的淡仙已不见，

2730　身旁坐着师父觉缘。
　　　故人相见，大喜过望，
　　　觉缘将翠翘接回草堂。
　　　从此，二人朝夕相伴，
　　　清风明月，禅茶斋饭。

2735　环顾四方，水天相连，
　　　潮起潮落，云腾雾翻。
　　　昔日苦难终已尽，
　　　前缘可知到此寻？

第八卷

　　　翠翘命途迍邅，多灾多难，
2740　金重一往情深，令人感叹。
　　　自从千里辽阳护丧，

转眼已过半年时光。

回来后，先到翠园探望，

惊见故园已非昔时模样。

2745　园内杂草丛生，一片萧飒，

风吹窗棂斜，雨淋墙坍塌。

遍寻庭前院后无人影，

唯见桃花依旧笑东风[1]

人去楼空，只有燕子飞来飞去，

2750　满园青苔杂草，覆盖旧时足迹。

昔日相会之通幽曲径，

已草高没墙，荆棘丛生。

四周静寂不见人影，

缘何此处这般凄清？

2755　恰遇一旧邻路过这里，

金生忙上前询问仔细。

方得知，王翁不幸蒙冤，

为救父，翠翘舍身毅然。

再问家，早已人走家搬，

2760　最后问及，翠云和王观。

因生活拮据，处境窘困，

靠卖字、缝补维持生存。

消息犹如霹雳惊天，

金重顿感地转天旋。

2765　问清他们现居何处，

立即动身寻路赶赴。

眼前，只见一间破旧草房，

芦苇做门帘，竹编篱笆墙。

满院杂草淤泥，一片萧疏，

2770　不禁心中惆怅，精神恍惚。

他在墙外大声呼唤，

王观急忙出门探看。

见是金重，携手入房中，

1　此为原作借用唐代诗人崔护《题都城南庄》中的诗句"人面不知今何在，桃花依旧笑春风"
　　之意境，将原诗稍作改动，是为"东风"。

　　　　　员外和夫人也出来相迎。
2775　向他哭诉家变之事：
　　　　　　"此情金郎有所不知。
　　　　　谁料想，翘儿如此薄命，
　　　　　竟负了与你的海誓山盟。
　　　　　因事发突然，求助无门，
2780　为救父，翘儿毅然舍身。
　　　　　情难舍，临行前犹豫再三，
　　　　　万分痛苦，几番叮嘱留言：
　　　　　与金郎的月下之盟，
　　　　　拜托妹妹代为践行。
2785　聊报金郎深情厚义，
　　　　　此恨绵绵料无绝期！
　　　　　无奈，今世已负金郎情，
　　　　　唯望，夜台有知报来生！¹
　　　　　一番话语，反复叮咛，
2790　直至铭心刻骨，方离家远行。
　　　　　可怜翘儿，为何命薄如蝉翼，
　　　　　此时金郎已归，我儿你在哪里？"
　　　　　说者越说越伤悲，
　　　　　听者越听越心碎。
2795　捶胸顿足，悲痛不已，
　　　　　神志恍惚，泪飞如雨。
　　　　　哭得几次昏厥过去，
　　　　　醒来又哭，又再昏迷。
　　　　　家人不忍金重太伤悲，
2800　强忍悲痛，王翁劝慰：
　　　　　　"如今木已成舟，只能认命，
　　　　　是她命薄，难报你厚义深情。
　　　　　切莫为此太过悲伤，
　　　　　万望珍重，来日方长！"
2805　双亲愈是声声劝慰，

1　原作中"夜台"为中国旧时迷信所谓"阴卓"。

金重愈感心痛欲碎。

忆誓盟，取出珍藏的金钏，

寻旧物，见到残香和琴弦。

睹物思人，令他苦痛倍增，

2810　肝肠寸断，心中悲愤难平。

金重道"皆因我的离去，

方酿此花落萍漂之悲剧。

海誓山盟本双双共立，

金石之言岂可成儿戏！

2815　虽未同衾枕，亦为夫妻情，

已然心相许，怎可违誓盟？

不管路多远，花费多少钱，

只要我活着，定要见她面！

心中悲痛诉不尽，

2820　含泪辞别王家人。

回去后，打理花园腾住房，

接来员外夫妇，躬亲赡养。

昏定晨省，履人子之道，

奉养双亲，代翠翘尽孝。

2825　他以泪研墨，修书寄心语，

派人广寻觅，四处探消息。

耗费人力物力，难以计数，

千里迢迢，临清几度奔赴。

到处打听，逢人便问，

2830　然天地茫茫，何处寻？

苦觅无果，愈发思念，

心焦如火，肝肠欲断。

如春蚕丝殆尽，容颜憔悴，

似秋蝉遇严霜，形体枯萎。

2835　金重神志模糊，时昏时醒，

终日洒泪泣血，魂牵梦萦。

王翁夫妇心急如焚，

唯恐金重悲极伤身。

忙选吉日择良辰，

2840 为他与翠云完婚。
　　　淑女窈窕，才子斯文，
　　　郎才女貌，岁正青春！
　　　新婚之喜杯中酒，
　　　难解金重心中愁！

2845 一对新人恩爱，如影随形，
　　　新爱有多深，旧情亦多浓。
　　　每想起翠翘的笑貌音容，
　　　金重愁肠百转泪如雨倾。
　　　有时，书房寂寥无所欢，

2850 重燃炉中香，再拨膝上弦。
　　　琴音低回凄婉，曲调悲凉缠绵，
　　　犹如香烟缭绕，好似清风拂帘。
　　　时而绕梁上，时仨楼梯旁，
　　　宛若少女轻吟，曼舞霓裳。

2855 金石之言，铭心刻骨终无悔，
　　　日思夜盼，恍惚似见故人归。
　　　昔日情，萦绕心头实难遣，
　　　竟不觉，几度冬寒春又暖！

　　　这一年，适逢制科会试举行，
2860 王观与金重，皆得春榜题名。[1]
　　　天门敞开，青云路畅，
　　　杏园游宴，梓枌飘香。[2]
　　　王观追昔抚今，
　　　前来钟家谢恩。

2865 答报昔日之厚义深恩，
　　　兼朱陈联姻亲上加亲。
　　　金重仕途，可谓平步青云，
　　　然念及翠翘，仍疾首痛心。
　　　当年，已与她共立金石盟章，

1　科举考试中的会试一般在春天举行，故对其张榜公布考试结果称"春榜"。
2　原作 ngõ Hạnh 为园名，即"杏园"，故址在中国西安市郊大雁塔南。唐时，为新进士游宴之地。

2870 而今，金马玉堂却不能同享！
　　 想到她，浪打萍漂何时尽？
　　 看自己，荣显更思沦落人！
　　 时隔不久，金重奉调赴临淄，
　　 携妻带儿，关山千里履新职。
2875 在任琴堂，日子清闲，[1]
　　 鹤音琴韵，光阴荏苒。
　　 一天，翠云帐中小憩，
　　 梦中，竟与翠翘相遇。
　　 醒来，对夫述说详细，
2880 金重听罢，将信将疑：
　　 "一个临清，一个临淄，
　　 两地混淆或因一字？
　　 说不定，此亦声气相寻，
　　 在这里，或可听到佳音？"
2885 立即升堂，拟将此事查明，
　　 一位都姓老吏堂前回禀：
　　 "事情发生在十年前，
　　 至今我仍记得此案。
　　 青楼鸨儿秀婆和马监生，
2890 从北京买一少女带回临淄城。
　　 此女名翠翘，才色绝伦，
　　 既精琴技，又擅诗文。
　　 其坚贞刚毅非常人能比，
　　 被骗青楼，曾经以死相拒。
2895 饱受苦难，沦落风尘，
　　 后遇束生，与其成婚。
　　 不料，束生之大妇心毒手狠，
　　 将她掳至无锡，让她凌辱受尽。
　　 忍无可忍，寻机逃生，
2900 不料，又遇薄婆、薄幸。

1　原作"琴堂"系借中国古代"宓子贱治单父，弹鸣琴，身不下堂而单父治……"之典（参见《吕氏春秋》卷二十一《开春论》），后因以"琴堂"代指县衙。

　　　　　将她买来后，马上又转手，
　　　　　可怜翠翘女，再度堕青楼！
　　　　　后来，偶然幸遇一人，
　　　　　此人智勇非凡，威名远震。
2905　手中掌有十万精兵，
　　　　　攻陷临淄，兵驻县城。
　　　　　尽悉翠翘所遭不幸，
　　　　　替她恩怨偿报两清。
　　　　　他是位有情有义之人，
2910　有口皆碑，名传远近。
　　　　　只可惜我不知其姓名，
　　　　　此事还须向束生打听。"
　　　　　听罢老吏叙述，情况已渐明晰，
　　　　　发帖请来束生，向他了解具体。
2915　询问翠翘遭遇之详情，
　　　　　曾住哪里？丈夫姓名？
　　　　　束生回曰："离乱时期，
　　　　　我已在军中打听仔细。
　　　　　大王名海，姓氏为徐，
2920　身经百战，万夫难敌。
　　　　　在台州，徐海与翠翘相见，
　　　　　国色遇天才，姻缘一线牵。
　　　　　江湖数载，纵横驰骋，
　　　　　惊天动地，大业初成。
2925　只知他率军驻扎闽东，[1]
　　　　　后来如何，恕我不知情。"
　　　　　随着情况越来越明，
　　　　　金重心中愈加沉重。
　　　　　可怜她一片孤叶自飘零，
2930　此生苦难何时方可涤净？
　　　　　怎奈何，落花只能逐水流，
　　　　　她孤身沉浮，他痛上心头！

1　原作中 cõi Đông 应为"东部疆域"或"东部战场"。但根据诗的故事背景及其创作蓝本青心才人小说中所示，此处应为福建省东部沿海一带，故译为"闽东"。

昔日之金石誓言已无法履践，

唯见那片片残香和根根琴弦！

2935 胡琴虽在手，音已非从前，

更不知，今生能否香再燃？

萍踪难觅，伊人现在何方？

纵有钟鸣鼎食，如何共享？

金重决意挂印辞官，

2940 为寻她，哪管万水千山！

纵然身陷兵戈之乱，

置生死于度外，或可与她相见？

然天之高海之深，

鱼雁无踪何处寻！

2945 暂且耐心等待消息，

又是几度寒来暑去！

忽见五彩祥云诏旨，

有钦颁敕令传至：

金重改任到南平，

2950 王观调职扬州城。[1]

打点行装赴任匆匆，

金、王两家一路同行。

闻知此时寇乱已平，

闽浙一带复得安宁。

2955 金重遂与王观相约，

沿途打听翠翘下落。

一行人来到杭州城里，

听到一个可信的消息：

"那一天，与官军交战，

2960 徐海中计，殉难阵前。

翠翘功高非但未受奖，

反被强嫁土酋作新娘。

她纵身江中，任涛吞浪卷，

---

1 此地名因版本不同而标示有所差异，可能系传抄或刻印之误。如有的版本为"富阳"，有
的则是"维阳"或"睢阳"，还有的版本为"扬州"。青心才人编次小说《金云翘传》则为"扬州"，
根据阮攸之《翘传》与其蓝本小说中的人名、地名均相同这一情况，故本译文采用了"扬州"。

　　　　　滔滔钱塘水，又葬一红颜！"
2965　重逢无望，金重对天长叹，
　　　　　全家荣显，唯她一人罹难！
　　　　　忙摆灵牌供品，将她祭奠，
　　　　　江边设置坛场，为她洗冤。
　　　　　银浪滔滔，江水茫茫，
2970　远望，恍若一羽孤鸿落钱塘！
　　　　　或因骨肉情深，幻影浮现江面？
　　　　　或为精卫之魂，仍系冤情牵缠？[1]

　　　　　不知是何来的巧遇机缘，
　　　　　觉缘突然来到他们面前。
2975　看见灵位和字牌，
　　　　　惊问："诸位何处而来？
　　　　　与此人是远亲还是近邻？
　　　　　人尚活着，何故在此祭魂？"
　　　　　闻听此言，众人皆感愕然，
2980　立即围上前去，追根问源：
　　　　　"这是其夫，这是父母，
　　　　　这是弟、妹，还有弟妇。
　　　　　有确切消息告知，此人早已罹难，
　　　　　缘何，法师说她依然活在人间？"
2985　觉缘道："因缘果报，说来话长，
　　　　　先在临淄，后到钱塘。
　　　　　正当她珠沉玉坠顺流而下，
　　　　　我在此等候，将她接回家。
　　　　　菩提门下，我们相依相伴，
2990　草庵就在那边，离此不远。
　　　　　佛台前，她每日安度时光，
　　　　　然心中，仍念念不忘故乡。"
　　　　　听罢觉缘叙述，个个欣喜若狂，

1　原作之 tinh vệ 即"精卫"，为中国神话故事中的"精卫鸟"，亦称"冤禽"。故事载于《山海经·北
　次山经》："炎帝之少女名曰女娃。女娃游于东海，溺而不返，故为精卫。常衔西山之木石，
　以堙于东海。"

有什么能比这更叫人心花怒放！
2995　自从，她孤身一人异乡流落，
　　　多少年，亲人到处苦寻无果。
　　　显然是，花已凋谢香消去，
　　　唯寄望，来世有缘再相遇！
　　　本以为，彼此冥阳两隔分，
3000　怎料想，阳世能见"黄泉"人！
　　　全家施礼谢过觉缘，
　　　一同随她前往草庵。
　　　手拨芦苇，踏草前行，
　　　亲人心中仍疑虑重重。
3005　沿江小路，曲折蜿蜒，
　　　穿过芦苇地，来到草庵前。
　　　觉缘连连高声呼唤，
　　　翠翘急忙开门观看。
　　　惊见全家人站在面前：
3010　年迈父母，依然康健。
　　　弟弟、妹妹皆已成长，
　　　还有他，昔日的金郎！
　　　眼前这般情景，
　　　莫非是在梦中？
3015　泪流如雨湿衣襟，
　　　悲喜交集见亲人！
　　　老母面前，翠翘长跪不起，
　　　哭诉离别后的悲惨遭际：
　　　"儿他乡流落，只身飘零，
3020　风雨沉浮，已十五年整！
　　　满以为，早已被沙埋浪卷，
　　　哪曾想，今生能见亲人面！"
　　　紧握女儿手，上下细端详，
　　　风姿和容颜与从前一样！
3025　唯久经风雨摧残，
　　　当年之娇妍略减。
　　　无法言表的内心喜悦，

诉说不尽的悲欢离合！
弟弟、妹妹嘘寒问暖，
3030 一旁的金重转悲为欢。
佛台前，全家人忙跪地叩拜，
得重生，深谢佛家慈悲为怀。
花轿已来催促，停在草堂前，
王翁吩咐，接女儿回家团圆。
3035 翠翘道："儿似残花已落瓣，
半生漂泊，已尝尽人间辛酸，
本以为，浮云流水无望相见，
怎敢想，今生今世还有今天！
此时，儿有再世重逢之感，
3040 多年渴望，今日终得遂愿！
如今儿已皈依云庵，
余生愿与草木相伴。
儿已用惯禅茶斋饭，
禅衣素服穿着自然。
3045 世俗之念已断，
何必红尘再染！
半途而废万事难成，
修行就应有始有终！
再生之恩，天高海深，
3050 怎舍得离开救命恩人？"
老父道："时过境迁，
修行也应遇变从权。
倘若只想拜佛求仙，
情与孝，如何履践？
3055 佛家功德高深，众生普度，
待立庵堂，迎请师父同住。"
闻听此言，翠翘方依从老父，
辞别觉缘，随家人离开茅庐。

全家人回到官邸，
3060 喜摆家宴庆团聚。

人人开怀痛饮，个个醉意朦胧，
只见翠云起身，再释前缘后情：
"机缘天赐非偶然，
彼此相逢皆为缘。

3065 想当年，因平地风波骤起，
受姊之托，代行鸾俦之仪。
有今日，既是珀芥磁针之缘，[1]
也因为，原本就系骨肉情牵！
朝思暮念，翘首祈盼，

3070 悠悠十五载，多少情绵绵！
如今，破镜重圆人已归，
原来，佳偶本是上天配！
才子与佳人，美满好姻缘，
明月已作证，誓盟应履践。

3075 摽梅三七犹逢时，[2]
花烛之事不宜迟！"
翠翘忙打断妹妹话语：
"陈年往事，何必再提！
虽然有昔日的盟章誓言，

3080 无奈此身已遭风雨摧残。
如今旧话重提，让我羞愧万分，
不如往事尽抛，任随海浪浮沉。"
金重道："此言差矣，
心有此念，誓盟怎履？

3085 海誓山盟，金石之言，
下有厚土，上有高天！
任多少度物换星移，
生死相随不离不弃！
天缘并未负爱恩，

3090 为何自将情两分？"
翠翘道："谐美家室，

---

1 原作 phận cải duyên kim 意为"引针拾芥之缘"，比喻很自然的相互吸引，相互感应之"缘分"。出处：汉·王充《论衡·乱龙》："顿牟拾芥，磁石引针"（"顿牟"即"琥珀"）。
2 原作人物翠云借《诗经·召南·摽有梅》诗句之意，谓翠翘出嫁、生儿育女并非为晚。

恩爱情深，人皆慕之。
自古夫妻之道，
最重月圆花好。
3095 一个"贞"字价本千金，
怎可面对花烛而心愧于君？
自从家变至今，
多少蜂来蝶去，妾已凌辱受尽。
多少场暴雨，多少阵狂风，
3100 几轮明月也残缺，何样鲜花也凋零！
红颜不再人憔悴，
身已至此万念灰。
每想到这里，我羞愧万分，
怎敢以尘垢之身再污钗裙！
3105 妾心中，愈是感念君之深情，
花烛前，愈加惭愧无地自容！
从此后，妾将紧锁秋房，
非出家，亦如修行一样！
君若念昔日情义，
3110 请变琴瑟为琴棋。
休再说什么结发缘情，
心已痛，怎可再秽人生！"
金重道："这是你巧于辞令，
处世之道，因人而异各不同！
3115 自古女子守贞，
形式亦有多种。
既有常规，亦不乏殊情，
遇变本应从权，岂可固守典经！
似你这般以孝为贞，
3120 纵有尘垢也难污身！
天让你我有今日，
终得云开雾散时。
花虽残，其色更艳香更浓，
月虽缺，冰轮今夜分外明。
3125 难道你，时至今日仍不信，

忍把萧郎当路人？” [1]
见金重情深意笃，言之在理，
堂上双亲，亦频频点头同意。
翠翘自知已无法再拒，
3130　只好低头不语，轻声叹息。

庆祝团圆，阖家欢喜摆酒宴，
烛光映照，罗幔更红花更鲜。
拜过家人，礼数周全，
夫妻对拜，比翼齐肩。
3135　洞房花烛夜，杯中酒更浓，
新婚人易醉，旧情梦难醒。
自从年少之时相遇相知，
风雨十五载，方得有今日！
叙一往情深，述离合悲欢，
3140　知心话难尽，唯怨春宵短。
夜阑更深，轻垂锦穗红罗帐，
花烛映照，更现桃颜泛春光。
昔日情侣今重逢，
旧梦重温情更浓！
3145　翠翘感叹：“今生妾命已如此，
残花败絮无所期。
感念君之深情厚意，
方行夫唱妇随之礼。
妾心仍感万分羞愧，
3150　怎可厚颜与君相随！
倒不如，外表保持夫妻名分，
唯如此，妾方得抬头面世人。
切不可因世俗难辞，

1　原作借用（唐）崔郊《赠去婢》："侯门一入深似海，从此萧郎是路人"诗句之意境。典出唐末范摅所撰笔记小说集《云溪友议》中记载的一个故事：元和年间秀才崔郊的姑母有一婢女，生得姿容秀丽，与崔郊相互爱慕，后却被其姑母卖给显贵于頔。崔郊念念不忘，思念不已。一次寒食节，婢女偶尔外出与崔郊邂逅，崔郊百感交集，写下了这首《赠去婢》。后来于頔读到此诗，便让崔郊把婢女领去，传为诗坛佳话。唐诗中常以"萧郎"指女子所爱恋的男子。

再将落花残香重拾。

3155　若似那蝇营狗苟，
　　　情将不再只剩仇！
　　　君予我以爱，我却毁君名，
　　　此爱有多深，负君多少情！
　　　至于宗祠子嗣之虑，

3160　已有妹妹翠云，足矣！
　　　应将尚余之贞深藏于心，
　　　如若不珍惜，贞将不复存！
　　　多少恩爱情皆应置心底，
　　　缠绵于落瓣残花有何益？”

3165　金重道：“本已金石之盟相系，
　　　转瞬竟成天上鸟与水中鱼！
　　　你多年流落，我无比悲伤，
　　　忆月下盟誓，更痛彻肝肠。
　　　相爱，就应死生与共，

3170　相逢，是因情系其中！
　　　柳丝尚青，春意正浓，
　　　想必定是仍牵恩爱情。
　　　明镜无尘本洁净，
　　　你的毅然决定令我敬意倍增！

3175　多少年苦寻你，不啻捞针海底，
　　　此本金石情坚，岂是花月闲趣？
　　　现如今，一家团圆得重逢，
　　　何须共衾枕，方为琴瑟情！”
　　　听罢此言，翠翘理簪整裙，

3180　跪地叩头，拜谢君之情深。
　　　“妾身今得去浊还清，
　　　皆靠君之非凡心胸！
　　　肺腑之言，令妾由衷感佩
　　　如此相知，方为人生之贵！

3185　今生今世，相携相护相惜，
　　　百年名节，将因今宵铭记！”
　　　双手相握，时紧时松，

愈是相爱以德，愈加陶醉于情。

蜡台添新烛，炉中再续香，

3190 双双举霞杯，开怀饮琼浆。

深情满怀春意荡漾，

金重提起昔时宫商。

翠翘道："几支琴曲薄技，

害妾半生流离。

3195 时至今日，悔之已无益，

君情难却，妾再献一曲。"

说罢，她十指抚琴轻拨弦，

曲调悠扬，缓若袅袅轻烟。

此为何曲，似春光般和煦？

3200 庄生梦蝶已成谜！

此又何曲，声声哀婉？

望帝春心托杜鹃！

琴声清纯，宛若沧海明月珠之泪，

余音缭绕，好似蓝田日暖玉之烟。[1]

3205 侧耳细品宫商五音，

或感伤或欢快，皆声声醉人。

金重问道："如何奏得此曲，

缘何昔日悲戚，而今轻松欢愉！

是悲喜皆源于心？

3210 还是甘来苦已尽？"

翠翘道："薄技害人匪浅，

断肠之音，使我饱受磨难。

今日得与知音相聚，

从此卷弦永弃此技。"

3215 知心话儿诉说不尽，

东方渐白，鸡鸣阵阵。

金重坦诚宣布二人之决定，

全家虽惊讶，但皆表赞同。

她本是，志高品洁一钗裙，

1　此段诗（第3198—3204句）系原作借用唐李商隐《锦瑟》一诗之诗句及意境。

3220 怎似那，朝桃暮李轻浮人！
　　　亲情与友情，心中并相存，
　　　情非共衾枕，同趣诗与琴。
　　　时而琼浆共饮，时而棋盘对弈，
　　　同观鲜花吐芳，共赏皓月升起。
3225 终于得偿夙愿三生，
　　　既是夫妻缘，亦为挚友情。
　　　犹记立云庵之愿，
　　　派人前去迎觉缘。
　　　不料，那里大门紧闭，
3230 青苔满墙，野草遍地。
　　　觉缘已去远方采药，
　　　闲云野鹤何处寻找？
　　　多年的情义堪珍重，
　　　庵中香火日夜供奉。
3235 举家团员，福禄双全，
　　　官运亨通，世代绵延。
　　　翠云持家自有方，
　　　樛木蔽荫桂槐香。[1]
　　　风流富贵谁堪相比，
3240 春色满园万世流芳。

　　　细想天下事，万事皆天定，
　　　人为老天造，命却各不同。
　　　天叫你风尘，就难逃厄运，
　　　天让你高雅，方可得清纯。
3245 老天从不偏向哪个人，
　　　岂可才命双丰万事顺！
　　　有才切莫太恃才，
　　　才、灾二字本同韵！
　　　既有罪业在身，
3250 就勿怨天尤人。

1　在《诗经·周南·樛木》中有诗句"南有樛木，葛藟累之"。"樛木"为高大的树木，诗中
　喻指金重。

要将善根植心中，
心字远比才字重。
此为坊间闲谈，拙笔连缀成篇，
夜阑偶兴一阅，聊供诸君消遣。

译者 2010年5月 于 蓝旗营

阮攸故里行漫记

由于《金云翘传》翻译与研究工作的需要，也是怀着对越南伟大诗人阮攸的崇敬之情，笔者于2009年11月底赴越南，在越南朋友傅氏梅老师和画家安世先生的热情帮助并全程陪同下，来到越南中部的河静省宜春县，对诗人阮攸的故里——仙田进行了一次很有意义并略带神奇色彩的访问。

11月28日晚，我们一行三人乘火车从河内出发，经过近8个小时的旅程，于次日凌晨抵达越南义安省省会荣市。下了火车，我们改乘出租车继续前行十余公里，穿过蓝江大桥，来到河静省宜春市。这里山清水秀，公路两边散落着一座座造型各异的私人房舍。在县城人口相对密集的街道两旁，随处可见大大小小的饭馆、店铺，一般性的购物、用餐均十分方便。

我们来到事先预订的"蓝桥"旅馆（LAM KIỀU HOTEL）。这是一座四层楼的国营旅店，在当地可算是一处条件较好，环境幽雅的住宿之处。旅店的后面就是越南历史上名扬远近的鸿山（亦称"鸿岭"）。鸿山并不很高，但风景秀丽。站在旅馆顶层的平台放眼望去，一片郁郁葱葱，山顶上时有层层云雾缭绕，似有一股灵气蕴藏其间，更使它平添几分神秘。在越南，可以说不乏秀丽的山川，而鸿山之所以如此闻名，其中最主要的原因是距此不远的仙田曾有一个在越南历史上具有特殊地位的阮氏家族。早在黎朝洪德年间，这个仙田阮氏家族的先祖就已有人在殿试中高中探花，在此后的莫朝、黎皇郑主时期，及至阮朝约三百年中，阮氏家族世代有人在朝为官，其中多人科考高中进士，举人、秀才更不计其数，成为当地家喻户晓的大家望族。当时在百姓中就流传着这样一句民谣："何时鸿山无树，赭江[1]无水，这个家族方无官。"其声名显赫可见一斑。在黎-郑时期，仅仙田阮氏一家就有三个进士，其中包括阮攸的生父阮俨（Nguyễn Nghiễm），伯父阮惠（Nguyễn Huệ）及长兄阮侃（Nghuyễn Khản）。阮俨与阮侃父子俩还曾同朝为官，在当地传为美谈[2]。阮氏家族不仅多人科考高中，世代为官，在文学方面也都多有建树，其中以阮攸为最。阮攸以自己卓越的文学艺术才华为后世留下了许多珍贵的文学遗产。他的一部不朽之作《金云翘传》不仅成为越南人民家喻户晓的文学名著，更使其跻身于世界文化名人之列[3]。自古以来，越南人大多笃信风水之说。时至今日，这

---

1 按：赭江（sông Rum）属蓝江的一个支流，在宜春县境内，流经仙田，现已干涸。

2 参见 "KHẢO LUẬN VỀ TRUYỆN KIỀU"（Đào Duy Anh）NXB Văn hóa thông tin,2007.

3 1964年12月，世界和平理事会在柏林举行会议，决定授予越南诗人阮攸为"世界文化名人"。

个与鸿山地脉相连的宜春仙田仍被视为学子成才，仕途顺达的风水宝地。更为有趣的是，我们下榻的"蓝桥"旅馆，其名竟如此的富有诗意！虽然这里距诗人故里仙田还有十余公里的车程，但我们已能感受到诗人笔下那如诗如画般的意境。对读过阮攸《翘传》的人来说，"蓝桥"一词绝非陌生。它是一座桥的名字，在我国陕西省蓝田县境内。有诗云："一饮琼浆百感生，玄霜捣尽见云英，蓝桥本是神仙窟，何必崎岖上玉京。"[1]诗人在《翘传》中借典裴航遇仙的故事，以颇富浪漫色彩的"蓝桥"作为男女主人公金重与翠翘不期邂逅之地。

　　简单用过早餐，我们就驱车向最终目的地——仙田进发。来到村口，只见一座用汉字书写门匾和对联的牌楼赫然在目，这就是阮攸故里园区的大门。上联：老院琴樽人既去，下联：大家文字世争传。横匾为：仙田阮家园。我们在门外阮攸的铜像前停了下来，准备拍下均为第一次来到这里的三人合影照留念。由于我们没有带三脚架，无法拍摄三人合影。正当我们四处张望，期待求人帮助之时，从园区大门里走过来两个中年男子。我走上前去请他们帮我们拍照，其中一人欣然同意。然而当他举起相机要按快门时，我突然发现他的右手显得很僵硬，似乎只能帮助按快门的左手扶扶相机。拍照结束后，他笑着对我们说："对不起，像照得不一定好，因为我只能用左手，右臂是假肢。"此时，我心中充满了感动，又略怀几分歉意。后来在与他交谈中，得知他的名字叫阮春柏，是阮攸纪念馆和阮攸故里园区管理委员会副主任。他告诉我们，上个世纪70年代，他曾是越南某医科大学的一名大学生。由于抗战的需要，他放弃学业，拿起武器参加了全民族气壮山河的抗美救国战争。在一次外出执行背米任务时，不幸中了敌人的伏击。执行任务小组共九人，大部分战友牺牲了，阿柏虽然幸存，但却永远失去了右臂……听了他的讲述，我十分感动，不禁想起了几年前我为学生选编高年级越语教材，曾选用了一篇题为《时间》的越南短篇小说（作者：高维草）。作品从内容到故事情节都与阮春柏先生的亲身经历十分相似！如果说，那时我读《时间》这篇作品的感觉还只是"平面"的话，此时它突然变成了"立体"。作品中那有血有肉的人物形象已如此真实地呈现在我的面前，并正在与我们进行面对面的交谈……当他从傅氏梅老师口中得知我正在将阮攸的《金云翘传》翻译成中文，并从北京专程前来仙田拜谒诗人故里的时候，显得格外兴奋和热情。阿柏告诉我们，他刚刚从中国西安访问归来。接着他又将中国对历史文物如何重视，对文物的保护工作做得如何完好等大加称赞一番。就是这样，我们在无意中拉近了彼此间的距离。画家安世还将我们的不期而遇称之为"蓝桥奇

1　参见《太平广记·裴航》。

遇"。整整一上午的参观,阿柏都全程陪同我们,从阮攸纪念馆的历史文献、碑文拓片及实物,到园内历代石碑、遗迹旧址及诗人墓地等所有文物、古迹,都为我们作了十分详尽的讲解,我也尽情地拍摄了大量的照片。

在对阮攸纪念馆的参观即将结束时,阿柏把我们带到一个展有英、法、俄、日、德、意、西班牙、波兰等多种译文版本《金云翘传》的橱窗前,用左手指着橱窗对我说:"希望在你的《金云翘传》中文译本出版后能再次来越南。我们期待着将你的译本放在这里。"这令我深为感动,同时也感到肩负责任之重。

时近中午,我们告别了阮春柏先生,离开仙田赶回驻地。我们在旅馆附近选择了一家小饭馆用午餐,回顾这充满神奇性的仙田之行,大家都非常开心。然而,就在我们刚刚吃过午饭,准备回旅馆休息时,天空突然乌云密布,接着下起了瓢泼大雨。没过多久,地面上已是一片汪洋。我们都很担心,深恐水大成灾造成铁路中断而不能按时回返河内······所幸的是,一个小时后,终于雨过天又复晴。安世不无风趣地说:"这是因为老师从北京专程来访感动了阮攸老先生!"

在结束这段记述仙田之旅的文字前,我要再次对几位越南朋友的热情帮助表示由衷的谢意。是他们尽心尽力的帮助使我得以顺利地完成对诗人故里的探访,并满载而归。

夜幕降临,我们告别了这个幽雅恬静并充满传奇色彩的地方,登上了回返河内的列车。

2009年12月初于蓝旗营

(载于《中国东南亚研究会通讯》2009年第2期)

重译《金云翘传》的动因及对一些问题的思考

《金云翘传》是18世纪末至19世纪初越南著名诗人阮攸的一部传世杰作。作者以中国明末清初青心才人的小说《金云翘传》为蓝本，采用越南民族文字（喃字），并以越南民族最喜闻乐见的"六八体"诗歌之样式进行了成功的移植，创作了这部被誉为"大越千秋绝妙词"的长达三千多句的不朽诗篇《金云翘传》，亦称《翘传》（以下皆称《翘传》）。

自诞生至今近二百年来，《翘传》在越南的影响之大，读者之众，享誉之高都是独占鳌头，无与伦比的，一直是越南学界关注和研究的重要课题。同中国的《红楼梦》研究被称为"红学"研究一样，在越南，《翘传》研究被称作《翘学》研究。近数十年来，随着比较文学研究的发展，《翘传》已逐渐走向了世界，被翻译成多种文字。目前已有法、中、英、俄、德、日、西班牙、波兰等国文字的译本。由国人翻译的《翘传》目前有两个译本。

既然我国已有了两个中文译本，为什么笔者还会萌生重译的念头呢？这也正是本文要阐述的一个问题及相关的几点思考。

一、《翘传》中文重译的动因

早在20世纪30年代，鲁迅先生就不无感慨地说，"译诗，真是出力不讨好的事。"对此，笔者深有感触。重译《翘传》确实存在着"费力不讨好"的风险。对这个问题，我并不是没有考虑过，但由于多种因素的促动，最终还是下了重译的决心。

目前在我国，《翘传》有两种不同的译本，其一是黄轶球先生翻译的《金云翘传》（1959年由人民出版社出版，以下称"黄译本"），另一个则是罗长山先生翻译的同名中文译本（2006年由越南文艺出版社出版，以下称"罗译本"）。近年来，越南学界对黄轶球先生的译本提出了许多批评，令我为之震惊。因为在此之前，我从未将《翘传》的原作与黄先生的译本进行认真地逐句比对阅读。虽然在教学过程中也发现该译本存在着一些不尽如人意之处，但从总体上看应该说还是不错的。加之众所周知，诗歌翻译难度比较大，不同的人对原文可能会产生不同的理解和想象空间，因此在译文上存在一定的"差异"也是情理之中的事。越南学界之所以对黄轶球先生翻译的《金云翘传》提出了不少严厉的批评，其直接原因是中国学者董文成先生曾撰文《中越〈金云翘传〉的比较》（载于《明清小说论丛》第四辑，春风文艺出版社，1986年）认为，越南阮攸的《翘传》"无论是在内容上还是艺术上，均未超过其摹仿底本——中国《金云翘传》的水平"，甚至认为"不如原作的思想水平和艺术水平"，从而引起了越南学者的不满。他们发文加以反驳，并将董文成对阮攸《翘传》评价的不当或偏颇归咎于黄轶球先生翻译的错误。越南文学院范秀珠教授在一篇题为《一个译本引起的意外风波》中毫不客气地指出，这完全是"由于在中文版的译文中有多处翻译失真甚至错译，从而使读者对原文产生了太多的误解所致"。她甚至表示，"我们不得不怀疑译者是否通晓越语，或者他的越语水平是否达到了能够翻译像《翘传》这样一部越南文学名著的水准。"[1]

此外，还有越南学者阮克非对"罗译本"进行推介的题为《深谙越南文化和越南文学，热爱和尊崇〈翘传〉的中国学者罗长山》一文中，除了对范秀珠的意见表示认同之外，还特别谈到，"除了越南喃汉研究院图书馆收藏的以及在海外和胡志明市出版的由越南学者、华侨、越侨翻译的《翘传》汉译本之外，到目前为止，在中国只有黄轶球教授翻译的唯一一个《翘传》中译本。"[2]作者还特意将越语một（汉语义为"一"）这个数字的头一个字母用大写来表示（Một)，以突显其对这种状况的不满。作为一个研究越南语言文学的专业工作者，看到这个违背常规的大写M，心里很不是滋味。但我们不能怪人家用了这种近乎讽刺的批评方式，而是应该认真地进行反思。这使我深深地感受到了一种无声的批评和压力。

台湾学者陈益原先生也认为，"不管怎么说，越南学者对于《翘传》中译本的意见，都是值得我们重视的。"[3]并期待有一个理想的阮攸《翘传》汉译本。笔者感到自己有责任承担重译《翘传》这一重任。诚然，我不能保证自己的翻译一定能达到那些期待"理想的汉译本"的学者们之要求，但我愿意通过自己的认真和努力，力争做得好一些。

二、对《翘传》中译一些问题的思考

1. 译诗难，译《翘传》更难

很多翻译界的前辈和同仁都感叹译事难，译诗尤难。而要将《翘传》

---

1 〔越〕范秀珠：《行进于双流之中》，河内：社会科学出版社，1999，第367页。

2 〔越〕阮克非：《通晓越南文化和越南文学，热爱和珍重〈翘传〉的中国学者罗长山》，见罗长山译《金银翘传》，越南文艺出版社，2006，第14页。

3 陈益原：《王翠翘故事研究》，西苑出版社，2003，第85页。

这样一部高浓度地融汇中、越文化的诗歌体长篇名著译成中文，并使译文既忠实于原著的内容，充分地表现原著的内涵和风格，又易于为译文的读者所理解和接受，就更是难上加难。难就难在它不仅是一部长篇诗作，更在于这部诗作本身蕴涵着太多纵横交错的中、越文化基因。这些已远非一般意义上的"直译"或"意译"等方法所能处理得好和解决得了的。

任何一部优秀的文学作品，在题材、体裁、风格等方面都带有属于它自己的特征或特点。《翘传》作为一部越南古典文学名著，其最大的与众不同之处，一方面在于作品的内容与中国社会、文化密切相关。作品取材于中国小说，其故事情节、社会背景、人物形象，甚至人名、地名等都与蓝本小说《金云翘传》无异。作者利用自己具有深厚的汉文化修养之有利条件，从博大精深的中国文学、文化中借鉴和吸收了大量的精华元素，并使之自然流畅地融会于自己的作品之中；另一方面是诗人阮攸十分注意从越南民间文学的土壤中汲取丰富的养料，采用最富于民族特点的诗歌样式（"六八体"诗），最易于为越南人民理解和接受的大众化诗歌语言进行了成功的创作。因此，对《翘传》既不能将那些源自中国诗歌的诗句简单地进行"复原"，也不能将越南歌谣俗语生硬地移植到译文中来，以免译文的读者难解其意。

例1.第247—248句：Sầu đong càng lắc càng đầy,

　　　　　　　　Ba thu dồn lại một ngày dài ghê.

在这联诗中，上半句诗Sầu đong càng lắc càng đầy直译大意是：愁绪满腹，越是加以压抑，这种愁绪就越加膨胀。生活经验证明，用升或斗等容器来盛装谷物，越是抖动容器，其盛装的谷物就愈加瓷实，所容的谷物自然也就越多。阮攸巧妙地利用这样一个尽人皆知的生活常识，强调作品中金重思念翠翘的心情越是加以克制，思念反而愈甚，心中的愁绪愈多，颇似我国诗人李白的名句"借酒消愁愁更愁"之意。但在翻译时，如果将其译成"借酒消愁愁更愁"显然不妥，而若将原诗中借喻的生活常识原封不动地照搬到译文中来，则又很难达到诗句优雅的境界；下半句诗Ba thu dồn lại một ngày dài ghê的意思是"一日有如三秋，太过漫长"，显然是取自我国《诗经》中"一日不见，如三秋兮"的句子。我们初步考虑，这联诗在翻译上可作这样处理：

　　　　　　　　一日太漫长，恍如隔三年，

　　　　　　　　相思愁难解，欲解愁更添。

这样翻译，既避免了对中国诗歌原封不动的照搬，又可在忠实于原作的基础上使诗句显得优雅。类似的情况在《翘传》中还有不少。这正是构成阮攸的《翘传》雅俗并存艺术风格的重要因素之一。因此，译者在翻译过程中必须反复斟酌，使译文既能忠实地表达原诗的内容、文化涵义，又易于为译文的读者理解和接受。这也是《翘传》中译过程中最难处理又无法回避的一个问题。

2.《翘传》中译诗体样式的择定

《翘传》中译采用什么样的诗体？这是首先要解决的一个问题，笔者为此颇费琢磨。关于译诗的表现形式问题，历来各家有不同的主张。归纳起来，大致有两种不同的意见：一种意见主张把外国诗译成"中国诗"，就是要按照"中国固有的诗歌形式"进行翻译；另一种意见则认为，译诗应连同原诗的形式一起移植过来，使它尽可能接近原作。[1]然而，在《翘传》中译的实际操作上，这两种做法似乎都很难行得通。因为：

第一，《翘传》是一篇长达三千多句的叙事诗。如果要把这样一部长篇叙事诗歌用"中国固有的诗歌形式"来表现几乎是不可能的。因为，所谓的"中国固有的诗歌形式"都是受一定的音韵和平仄规律限制的。即使避开要求严格的近体诗而采用要求比较宽松的"古风"或"乐府"形式，也很难将三千多行诗从头到尾用"五言"或"七言"一译到底，一气呵成。出自白居易笔下著名的《长恨歌》、《琵琶行》也不过百十句而已。而如果勉为其难地生搬硬"译"，则译文恐怕难免流于俚俗，甚至变成艺术审美大打折扣的顺口溜。

第二，《翘传》原作采用的是富于越南民族特色的"六八体"诗的形式。这种诗体源于越南民间歌谣，是一种以六字句和八字句相间的诗歌样式。虽然它也有一定的平仄韵律规则，但并不像律诗那样在句数、声韵、对仗等方面都有严格的要求。这种"六八体"诗具有很大的灵活性，在押韵规则上，除了有脚韵，还有腰韵，它不受句数限制，可根据作者的意愿和需要进行换韵，想长则长，想短则短，并且很容易操作，非常适合越南语声调丰富（6个声调）、富于音乐美的特点，易于为群众接受，深受越南人民的喜爱。而这些条件和特点是中国诗歌所不具备的。曾有越南学者用这种富于越南特色的"六八体"诗样式来进行《翘传》中译，可想而知，效果并不理想。下面我们就《翘传》的两联开篇诗句，选用三种不同诗体的译文来作比较：

例2. **Trăm năm trong cõi người ta,**

1　杜承南、文军主编：《中国当代翻译百论》，重庆大学出版社，1994年，第291—292页。

Chữ tài chữ mệnh khéo là ghét nhau.

Trải qua một cuộc bể dâu,

Những điều trông thấy mà đau đớn lòng.

（1）黎裕（越南）译文：

百年身世事情，（六字句中最后一字"情"字为脚韵，起韵）

色才二字俩生猜嫌。（八字句之第六字"生"字为腰韵，"嫌"为另起脚韵）

一经沧海桑田，（"田"为六字句的脚韵，押上句的脚韵"嫌"）

事于眼见太烦心伤。（此八字句中的"烦"字为腰韵，押上句脚韵"田"，"伤"字为另起脚韵。接下来的诗句押韵规则以此类推。）

在这里，《翘传》中译采用的是越南"六八体"诗的形式。译者为了使译诗的句子符合越南"六八体"的押韵规则，硬是塞进了"情"、"生"、"烦"等字，显得很多余，结果因"体"而害意。我们说"六八体"诗之所以能成为越南人民最喜闻乐见的一种诗歌样式，是因为它非常符合越南语多音调的特点，可灵活多变，吟诵起来朗朗上口。而将这种适于越南语的押韵规则生硬地移植到中国诗歌中来，其结果只能是"东施效颦"。更勿论这样的诗歌形式是否符合中国读者的审美情趣和习惯了。因此可以肯定，用六八体诗的样式用于《翘传》中译显然是不可取的。

（2）罗常山译文：

在那悠悠百年的悲惨人寰，

命运与才华总是相憎又相仿。

当经历了一场沧桑的劫变，

回首往事，心头便涌起无限的悲伤！

不难看出，译者采用的是现代自由体诗。译诗采用自由体可以不受字数的限制，音韵要求也比较宽松，相对"自由"一些。但在诗歌翻译中，一个很重要的原则是不能违背原作的内容和风格。在罗译本中，显然这两点要求均未达到。译文不仅缺失了原诗的含蓄和典雅，在内容上也随意性太强。比如，原诗中的 Trăm năm trong cõi người ta，指的是"在人的一生中"（在这里，越文的Trăm năm是喻指人的人生历程），丝毫没有罗译文中的"悲惨人寰"之意。

（3）黄轶球译文：

人生不满百，

才命两相妨。

沧桑多变幻，

触目事堪伤。

这里黄轶球先生用的是中国古体诗的样式。字数不多，却能把原作的意思表达得比较到位，译者巧妙地借用古诗名句，在言简意赅的表述中，将原诗潜在的中国文学元素展现得恰到好处。熟悉中国古典诗歌的人一看便知，第一句"人生不满百"是取自于中国古诗十九首中的"人生不满百，长怀千岁忧"；第二句"才命两相妨"则是源自李商隐"古来才命两相妨"；及至"沧桑多变幻"，同样也是一行饱含中国文学典故的诗句。然而，因为《翘传》是一部三千多行的叙事长诗，曲折复杂的故事情节贯穿始终，如果译文完全采用古体或乐府诗的样式，恐怕很难满足既能忠实转达原作的故事情节，又不失诗歌之艺术特质的双重要求。

经过参考多部诗歌译作，在吸取各家翻译之长的基础上，笔者选择了以中国古体诗为主，适当结合自由体诗的样式。这样既可以最大限度地保持原诗的"古味"，又可不受太多的"约束"，便于转达原作的故事情节，使译诗尽可能地贴近《信、达、雅》等方面的要求。

3. 对原作要重在一个"信"字

在翻译理论界，自从严复首次对翻译提出"信、达、雅"的主张之后，所谓"翻译的标准"一直成为翻译界争论不休的问题。有人主张翻译应"忠实、通顺、优美"，有人提倡译文要"正确、通顺、易懂"，也有人认为，翻译应"准确、简明、通顺"，等等。无论是"忠实"也好，"正确"或"准确"也罢，其实质都与"信"字密切相关。无论是在中译外还是外译中的过程中，都应该把"信"或"忠实"置于首位。如果译文产生过多的错译、误译，甚至与原文大相径庭，势必失去了翻译的意义。笔者在《〈金云翘传〉中文翻译刍议》[1]一文中曾列举了一些错译现象，例如，译文将原作所表达的具有信守承诺之意的"柱下留信"翻译成为不劳而获，坐享其成的"守株待兔"就是非常典型的错误。类似的错误在黄、罗两个中译本中都不同程度地存在。

例3. 第249—250句：Mây Tần khóa kín song the,

　　　　　　　Bụi hồng liệu nẻo đi về chiêm bao.

这联诗是描写热恋中的金重思念翠翘却不得相见的苦恼。其中的Mây Tần意为"秦云"，喻指少女王翠翘，与古有"秦云如美女"之说相吻合。而黄译本的译文则是："秦楼云锁绣帘垂"，显然有悖于原作之意。因为，原

1　赵玉兰：《〈金云翘传〉中文翻译刍议》，见《广西民族大学学报》2008年第2期。

诗中的Mây Tần本是"秦云"，而非"秦楼"；更不妥的是，虽然"秦楼"也有"美女所居"之义，但容易给人以"秦楼楚馆"之联想，使原诗的形象失美失雅。如果将这句诗译成"绣帘长垂，深闺紧锁秦云"是否会好一些呢？

例4. 第543-544句：　Ngoài nghìn dặm,chốc ba đông,

　　　　　　　　　　　Mối sầu khi gỡ cho xong còn chầy.

在黄译本中，这两句诗被译为：

千里之外，祝三冬，

心潮起伏何时静！

这联诗描写的是，金重因赴辽阳奔丧而与翠翘别离后，心中对翠翘的挂牵和思念之情。前半句中的chốc表示时间，直译相当于汉语中的"一会儿"、"一瞬间"；"三冬"意同"三秋"。诗中，作者用chốc ba đông来形容时间漫长。而如果将chốc ba đông译成"祝三冬"则令人费解，不知所云；后半句诗则是描写金重心中"愁绪满怀，欲理还乱"的愁苦心境。

例5. 第735—736句：　Chiếc thoa với bức tờ mây,

　　　　　　　　　　　Duyên này thì giữ vật này của chung.

这里描写的是翠翘经过痛苦挣扎，在"情"与"孝"的艰难抉择上，毅然作出了卖身赎父的决定。在即将离家远嫁之前，托付妹妹翠云代践她与金重的婚约誓盟。诗的原意是："金钗与誓笺为你我共有，与金郎之誓约请你代守"。

在黄译本中这句诗是这样翻译的：

一股金钗，一幅云笺誓约，望你珍藏永保，

他日李代桃僵，结成夫妇。

译文不仅失去了原诗含蓄的凄悲格调，更为欠妥的是译者用了意为代人受苦的中国成语"李代桃僵"，与原作所要表达的意思相去甚远。在翠翘的心目中，金重是她所深爱的痴情才子，显然，她绝不会将嫁给金重视为一桩痛苦的婚姻。之所以托付翠云代践前盟，一是她想借以弥补自己对金重"毁约"的愧疚之情，另一方面，当然也希望妹妹能够获得幸福。

罗长山先生是这样翻译的：一只金钗和一篇写在云笺上的盟章，

　　　　　　　　　　　　　　这份情缘我留下，那件信物你我共珍藏。

且不论译文的语言有无诗意，更重要的是译者混淆了施动者和受动者的关系。本来是翠翘托付妹妹代替她履践与金重的誓盟，怎么会成了"这份情缘我留下"呢？

例6. 687—690句：

> Trăng già độc địa làm sao,
>
> Cầm dây chẳng lựa buộc vào tự nhiên.
>
> Trong tay sẵn có đồng tiền,
>
> Dầu long đổi trắng thay đen khó gì.

罗译文：月老呀，你为什么这样狠毒，

　　　　你手牵着赤绳，却把姻缘胡乱牵！

　　　　不过，手中有了卖身钱，

　　　　要想翻这起冤案并不难！

这又是一处严重的错译。原作指的是那些有权有势者，因为手中有钱就可以随意颠倒黑白。而身为一个弱女子，翠翘怎么能仅仅靠卖身的几个钱就可以"要想翻这起冤案并不难"了呢？

与原文意思不符的错译或偏误在黄轶球先生的译本中还有不少。用范秀珠的话来描述，"信手翻开译作，我们很容易在某页、某段看到类似的翻译错误。"[1]至于在罗长山先生的译文中，这种情况就更多了。这为我们在《翘传》重译过程中时刻提醒自己注意以"信"字为先，提供了许多可资借鉴的经验和教训。

4. 对译文要力求一个"雅"字

翻译界前辈初大告先生对严复提出的"信、达、雅"三条翻译标准作了这样的理解和阐释："信"是忠于原文；"达"是表达原意，译文通顺；"雅"是行文优美。[2]如此看来，"达"因其"表达原意"与"信"的（忠实于原文）标准相近，又因其"译文通顺"而与"雅"的（行文优美）内涵相通。由此可见，在诗歌翻译中最重要的应是"信"和"雅"。忠实原作是基本要求，行文优美、意境含蓄则是对诗歌翻译提出的高层次要求。可以说，离开了"信"就失去了翻译的意义，而缺失了"雅"，翻译出来的文字就很难像诗。具体谈到对阮攸这样一部与中国文学、历史文化有着深厚亲缘关系之著名诗作的翻译，尤应注意这一点。故此笔者认为，《翘传》中译应在"信"的基础上，既要力求译诗的行文优美，意境含蓄，还要兼顾文字中保持一定的"古味"，使人物的举止言谈符合其身份及所处的时代环境，切不可闹出古人着"时装"，甚至满口网络语言的笑话来。再看：

例7. 第493—494句：Rằng: Quen mất nét đi rồi,

---

1 （越）范秀珠：《行进于两股潮流之间》，河内：社会科学出版社，1999，第367页。

2 《当代文学翻译百家谈》，北京大学出版社，1989，第423页。

　　　　　　　　Tẻ vui thôi cũng tính trời biết sao?

　　这联诗描写的是：金重问翠翘为什么弹奏的尽是令人感伤的悲凄乐章？翠翘回答，是因为自己长久以来习练的均是些伤感凄凉的曲子所致。所谓"悲"与"欢"皆为天性，她自己也是无可奈何！

　　黄译本：　她说道："我愁根早种，
　　　　　　　　　　　悲欢哀乐，禀赋各有短长。"
译诗基本上表达出了原诗的含义。

　　罗译本：翠翘说：习惯了，这老毛病今天又犯！
　　　　　　　　　不过，忧与乐也是天性，我也不知道该怎么办？
译文语言不仅缺乏韵味，更无古代闺中才女所应有的含蓄和优雅。

　　例8. 第347—352句：　Lặng nghe lời nói như ru,
　　　　　　　　　　　　Chiều xuân dễ khiến nét thu ngại ngùng.
　　　　　　　　　　　　Rằng: "Trong buổi mới lạ lùng,
　　　　　　　　　　　　Nể lòng có lẽ cầm lòng cho đang.
　　　　　　　　　　　　Đã lòng quân tử đa mang,
　　　　　　　　　　　　Một lời vâng tạc đá vàng thủy chung."

这段诗原作的大意是这样的：翠翘默默地倾听金重袒露心声，不禁心中感动，回答道：你我初会之时尚感生疏，理应彼此尊重，举止适度。今承蒙君子垂爱，愿以金石之言托付终身。

　　罗译本：
　　　　　　静听着金郎那些令人陶醉的伤心话语，
　　　　　　翠翘的心春情激荡不已，眼里却流露出疑虑的忧。
　　　　她说："头一回接触，很觉得稀奇，
　　　　　　也许彼此都留情面，各自克制更为合适！
　　　　　　承蒙君子在我身上费了许多心机，
　　　　　　你的金石誓言，我将永远铭记心里！"

且不论译文中的"信"度几何，仅从译文的语言和风格来看就与原文相去甚远。原本出自一位才情少女十分含蓄而理智的话语，在译文中竟变得如此直白，甚至粗俗。

　　再看下面一联诗的中译：

　　例9. 第852—852句：　Giọt riêng tầm tã tuôn mưa,
　　　　　　　　　　　　Phần cam nỗi khách,phần dơ nỗi mình.

原诗描写的是翠翘被马监生玷污之后悲愤交加的痛苦心情。大意是：翠翘泪如雨下，既痛恨马的粗鄙无耻，又为自己痛失女儿之身而感到羞愧难当。

这句诗在罗译本中被译为:

　　　她痛恨马生粗暴放肆,

　　　又怨自己恬不知耻。

在这里,译者竟然将受害者翠翘的"羞愧难当"译成了"恬不知耻",既有悖于"信",也大失于"雅"。相比之下,黄轶球先生将这联诗译为"有泪全倾,既恨匪人,又怀羞耻。"就比较符合原作的含意和风格。

　　　如何使译文最大限度地保持或贴近原作的风格,又能兼顾译文语言与原作语言雅俗并存的特点,使译文既流畅易懂,又尽可能地达到"行文优美"的审美要求,这是《翘传》中译过程中自始至终都应奋力追求的一个目标。

三、结语

　　　翻译家张学曾先生在自己大量的翻译实践中积累了丰富的经验。他认为,作为一个译者要对三头负责。一头要对作者负责。翻译时,一定要体现原诗的风貌,要无愧于原作,不要糟践了作者;另一头要对读者负责,要无负于读者,给读者美的享受,不要给读者以错误的理解和印象;还有一头就是要对自己负责。作为一个译者要对得起自己,译出来的东西,白纸黑字,体现你的水平,代表你的身份,因而必须慎重。自己认为不成功的,甚至自己都读不懂的译诗,千万别拿去发表,交给读者。[1]对此,笔者非常理解和赞同。特别是在对待像《翘传》这样一部有着特殊文化内涵的长篇诗作,翻译难度很大,对译文质量的要求自然也比较高,要求译者必须在吃透原作的基础上,对译文不厌其烦地进行逐字逐句的斟酌和推敲。应该说,《翘传》的中文重译是一项颇具挑战性的艺术工程。重任在肩,我一定充分结合自己多年来从事越南语言文学教学和研究的心得和感悟,并不断地学习和借鉴前人的经验和教训,努力将这部越南古典名著的艺术价值尽可能全面地展现给中国读者,为中国的比较文学研究工作者提供一个较为符合原著风格的《翘传》中文译本。

　　　　　　　　　　　　　　　　　　　（载于《东南亚研究 》2006年第4期）

1　杜承南、文军主编:《中国当代翻译百论》,重庆大学出版社,1994,第301—302页。

《金云翘传》中文翻译刍议

在越南，从学界到民众普遍公认阮攸的《翘传》对越南民族语言的发展产生了深远的影响，作出了卓越的贡献。我们仅从"《翘传》在，越语在，越语在，越南在！"（Truyện Kiều còn,tiếng ta còn,tiếng ta con,nước ta còn!）这句曾经在越南广泛传扬的口号中就不难看到《翘传》在越南人民心目中的重要地位。自诞生至今近二百年来，《翘传》在越南的影响之大，普及之广，读者之众均属空前，并且一直是越南学术界关注和研究的热点课题。随着比较文学研究的日益发展，它已被翻译成多种文本，逐渐走向了世界。目前《翘传》已有法文、中文、英文、俄文、德文、西班牙文、日文、波兰文等多种文字的译本。

中国读者最早看到的中译本是1959年由人民文学出版社出版的黄轶球先生翻译的《金云翘传》（以下称"黄译本"）；最近见到的则是2006年9月由越南文艺出版社（Nhà xuất bản Vân nghệ）出版的罗长山先生的同名中文译本（以下称"罗译本"）。

在近半个世纪以来，黄译本为中国读者了解和欣赏这部越南古典文学名著提供了机会和条件。然而，近年来越南学界对黄轶球先生的《翘传》中译本提出了很多质疑和批评。起因缘自20世纪80年代中国学者董文成先生在对中、越《金云翘传》进行比较研究后发表的一些带有批评性的意见。董文成认为，"从总体上看，阮攸的《翘传》无论在内容上还是在艺术上，均未超过其摹仿底本——中国《翘传》的水平"[1]。这一观点在越南学界引发了强烈的反应。范秀珠、阮克非等学者都先后发表文章加以反驳，把董文成的"误读"归咎于黄轶球译本的失真，并指出这"主要是黄轶球教授不甚通晓越语，译文中存在着不少细节上处理欠妥之处，而正是这些不应有的欠妥之处造成了个别学者……的错误理解。"[2]这里，我们无意对董文成先生的意见是否有失偏颇，以及越南学者的反应为何如此强烈的深层原因进行评析或探究，但笔者通过对中、越《金云翘传》原著的认真阅读，并对黄、罗两部译著的认真比较和分析，发现其中确实存在不少值得我们深思和研究的问题。下面结合笔者在黄、罗两部中译本中发现

---

1 董文成：《金云翘传》，春风文艺出版社，1999年1月，第86页。

2 罗长山译：《金云翘传》中〔越〕阮克非写的"代序"，越南文艺出版社，2006年9月，第14页。

的一些翻译上的问题谈谈个人的几点意见或看法，并与各位专家、学者交流。

一、《翘传》中译难在何处

所谓"译事难"，这是我国许多翻译界前辈的共同感受。而文学翻译，特别是对像《金云翘传》这样一部高浓度地融会中、越文化精粹的诗体名著，要想使译文既忠实于原著的内容，充分地表现原著的风格，又易于为译著的读者所理解和接受，就更是难上加难。其难就难在《翘传》语言的雅俗兼容并极富文化内涵。

（一）《翘传》蕴涵着大量的中国文学、文化精粹

由于家学渊源加上聪颖好学，阮攸自幼时起就逐渐积累了深厚的汉学功底。这为他日后在文学创作中善于从博大精深的中国文学、文化中采撷精华奠定了坚实的基础。在《翘传》中，随处可见作者从《诗经》、《楚辞》、《汉书》、《后汉书》、《史记》、《晋书》、《搜神记》、《太平广记》、《世说新语》及唐诗等浩如烟海的中国文学、历史古籍中借用的成语、典故和精彩诗句。甚至对一些连中国文人也要费一番功夫查找的诗句、典故，他也能信手拈来，并善于加工处理，将这些典故和经典诗句进行"越语化"，使之易于为越南人民理解和接受，这正是阮攸驾驭语言艺术的过人之处，也为《翘传》的翻译增加了难度。如唐朝崔护的"桃花依旧笑春风"（《题都南庄》）、杜牧的"铜雀春深锁二乔"（《赤壁》）、白居易的"此恨绵绵无绝期"（《长恨歌》）、孟郊的"谁言寸草心，报得三春晖"（《游子吟》）、温庭筠的"鸡声茅店月，人迹板桥霜"（《商山早行》）等。多位诗人的名句都被阮攸稍加"剪裁"，进而巧妙地融入在他的六八体诗句之中。

阮攸对中国成语、典故进行"越语化"处理的艺术，可谓达到了出神入化的境界。在《翘传》中，包含中国成语、典故的诗句触目皆是。它们或被阮攸完整地全盘端来，如"倾国倾城"（nghiêng nước nghiêng thành）、"邂逅相逢"（giải cấu tương phùng）、"绣口锦心"（tú khẩu cẩm tâm）、"结草衔环"（kết cỏ ngậm hoàn）、"城下之盟"（thành hạ yếu minh）……；或将其稍加改变、拆分，取其主要成分变成一个个"含典"的汉越词。如lá thắm（红叶题诗）、chim xanh（青鸟传书）、tinh vệ（精卫填海）……这些"含典"汉越词都被阮攸运用得十分自然得体，大大增加了诗作的文化内涵。

在《翘传》中译过程中，对原作大量富含中国文学和文化素质的诗词警句、历史典故，如何做到既不是完全地简单复原，又要忠实地转达原著

作者的意图和文字风格，这对任何一位译者来说都不是一件容易的事。

（二）《翘传》富有鲜明的越南民族文化特色

阮攸在《翘传》语言艺术方面取得巨大成功的另一个重要因素还在于他始终注意从越南民间文学中汲取丰富的营养。在越南文学发展的历史中，阮攸的《翘传》和邓陈昆的《征妇吟曲》同被誉为越南最具艺术价值的古典文学名著。然而，《翘传》在越南民众中受到尊崇和喜爱的程度已远远超过了《征妇吟曲》和其他任何一部越南文学作品。可以说，在越南古今文坛没有哪一部作品能像《翘传》这样地深入人心，影响久远。如果从中国文学的审美视角来评价这两部诗作的艺术价值以及两位诗人所表现出的汉文化功力，的确有点儿伯仲难分。那么，为什么它们在越南民众中的影响却有如此的差距呢？其中一个很重要的原因恐怕就在于阮攸的《翘传》在大量借鉴中国文学、文化精华的同时，又深得民族文化的滋养，使之达到了高雅和通俗完美结合的艺术境界。在《翘传》这部长达3254行的"六八体"诗传中，那些来源于民间歌谣、俗语的诗句比比皆是。如果说《翘传》中大量的中国成语典故、经典诗句，对于中国读者的阅读和理解来说有着一定程度的"近水楼台"之便的话，那么，如何使那些带有越南本土文化气息的诗句既得到充分完整的转达，又能为中国读者所理解和接受则是十分困难的。例如，作品在描写金重与翠翘邂逅相遇，一见钟情之后，金重期盼再见翠翘的思念之情时，作者用了这样的诗句（第247—248）：

> Sầu đong càng lắc càng đầy,
> Ba thu dồn lại một ngày dài ghê.

诗的上半联（六字句）的字面意义是：以容器（斗或口袋）来装盛愁绪，越是抖动容器，里面所装载的愁就越多。这是诗人阮攸借用越南人民生活中的一个很普通的常识引申出一个"逆常理"现象。熟悉农村生活的人都知道，用斗或袋子来称量谷物时，里面的谷物所占的体积会随着容器的摇动而缩小，而若容器中所"容纳"的是离愁别绪，其结果则恰恰相反，即越是"抖动"，这"愁绪"就愈加膨胀和满溢。这与大诗人李白的名句"抽刀断水水更流，举杯消愁愁更愁"的比喻颇为相似。只不过，阮攸所借喻的事物更富有越南民族文化，即稻作文化的色彩，与中国诗人李白所借喻的完全不同。对越南读者来说，这样的比喻既很形象，易于理解，又感到十分亲切；诗的下半联（八字句）则是出自《诗经·王风·采葛》中的"一日不见，如三秋兮"。对这样一联"中越文化结合"的诗句，译文该如何处理，会令译者感到十分棘手。因为，尽管李白的诗句很形象，很传神，但也不宜完全借用李诗进行套译。而如果完全按原作的字面意义进行死译，又很难让中国读者接受。可以想象，遇到这种情况，译者都不得不绞尽脑汁，搜肠刮肚，而效果却往往依然难尽人意。请看下面译文：

黄译本：觉夜长，

　　　　正是一日三秋苦断肠。

罗译本：他的思绪一天比一天增长，

　　　　正是一日不见又如阔别三个秋天。

　　　看来这两种翻译处理均不很理想。类似的情况在《翘传》中绝非少见，这是译者随时都要面对的挑战。

二、《翘传》中译者所需具备的条件

　　翻译，首先遇到的问题是译者对原文的正确理解和如何在译文中进行准确的转达。因此译者必须通晓两种语言文字才算是具备了翻译的基本条件；而要想使译作达到"信、达、雅"的"理想"境界，还必须透彻理解原文语言与文化的密切关系并在译文中进行恰当贴切的表达。对像《翘传》这样一部语言艺术精湛，又与中国文化有着千丝万缕联系的名著进行中文翻译，无疑对译者提出了更高的要求。

（一）通晓中、越两种语言

　　许多翻译理论家对"翻译"的概念都作出了自己的界定，简单归结起来，他们都认为翻译就是把一种语言文字的意义用另一种语言文字表达出来。因此，熟练地运用两种语言的能力是对翻译工作者的基本要求。王向远先生在他的《翻译文学导轮》中对翻译文学进行了归类，其中包括"直接根据原文翻译的'直接译'（也叫'原语译'）和以非原语译本为依据所做的翻译即'转译'"。[1]转译一般是在译者不懂或不甚通晓原语文本的情况下，须要依据其他语种的译本来完成的翻译。这样，转译本的译文"佳良与否"在一定程度上就与其所依据的文本的翻译质量有着十分密切的关系。因为译者无法参照原著来对自己所依据文本的译文之准确与否进行判定。

　　在目前我们所见到的两个《翘传》中译本中，公平地说，黄轶球先生的译本无论是在文体还是语言风格上都更为接近原著，译文语言也颇为凝练、优美。但不可否认的是其中确实也存在一些令人遗憾的错译或偏误。譬如，《翘传》中有这样一联描写金重对翠翘的思念之情的诗句（第327—

1　王向远著：《翻译文学导轮》，北京师范大学出版社，2004年7月，第168页。

328句）：

> Tháng tròn như gửi cung mây,
> Trần trần một phận ấp cây đã liều.

诗中的ấp cây đã liều直译成汉语的意思是"抱着柱子豁出去了"。这是阮攸借用了"抱柱信"这个中国典故（出典《庄子·盗跖》）。大意是：传说战国时有个叫尾生的人同一女子约会于桥下。河水不断上涨，而女子未来，为了信守约言，他一直不肯离去，最后抱着桥桩被淹死。后来，"抱柱信"（亦称"柱下留信"）被沿用为吟咏坚守信约的典故。这是阮攸借此典来描写金重期盼与翠翘相见的诚意和决心。而将这联诗译为：

> 耿耿此心，
> 守株待兔，敢辞痴想？（见黄译本第327—328句）

这显然完全违背了作者的原意。因为译文用的竟是一个愚人希望毫不费力地得到撞树而死的兔子这个寓言来比喻金重对翠翘的苦苦等待。

又如，在描写王家突遭家变，翠翘面临情、孝难两全的痛苦抉择时，阮攸用了这样一联诗（第729—730句）：

> Sự đâu sóng gió bất kỳ,
> Hiếu tình khôn lẽ hai bề vẹn hai.

诗中的khôn（喃字为"困"）字，既有"聪明"、"机智"的意思，也有"难以"或"无法"（做到）的含义。这里作者阮攸显然是取其后一个义项而用之，整句诗相当于汉语"情与孝实难两全"的意思。而在黄译本中将其翻译成了"今日须兼顾：尽情尽孝"，显然是由于译者对"khôn"一字的理解出现了偏误而导致译文与原文大相径庭的错误。根据笔者从黄译本中所感受到的译者那深厚的国学功底和严谨文风来大胆推断，如果黄轶球先生通晓越语，依据的是越文版的《翘传》，类似的错译应该是可以避免的。

另一方面，笔者在阅读2006年9月由越南文艺出版社出版的罗长山翻译的同名中译本的过程中发现，译文不仅多有错译的"硬伤"，在译文语言中也存在不少或由于表达失准，或由于翻译太过随意而产生的不当之处，严重影响了译文的质量。

又例如：原作（第689—690句）：

> Trong tay đã sẵn đồng tiền,
> Dầu lòng đổi trắng thay đen khó gì.

翻译为：不过，手中有了卖身钱，
　　　　要想推翻这起冤案并不难！

这就更与原文的意思大相径庭。翠翘卖身是在突遭家变，万般无奈的情况下不得不牺牲自己与金重的爱情。其目的很简单，就是为了救父，根本不存在什么想要"翻案"的问题；更何况，既然是"卖身钱"又能有多少！怎么可能"推翻这起冤案"并且还"不难"呢？这句诗的原意是作者阮攸对那有钱便可役使鬼神、颠倒黑白的社会腐败所发出的愤慨和谴责！

有的是由于译文缺乏诗歌语言应有的典雅和含蓄，甚至很不符合说话者的身份。例如从金重这位饱读诗书的书生口中竟然说出这样的话：

第330句："我这萍踪漂泊的寒微身世，你是否看得上？"

第340—341句："错过这一良机，对你我会有什么好处？
    还是先送点小东西以表明相爱的情意。"

第523—524句：听翠翘的话，理由正当
    金重更是给她留足了情面。

而像翠翘这样一位闺中才女竟也如此的"语出惊人"：

第349—350句：她说："头一回接触，很觉得稀奇，
    也许彼此都留情面，各自克制更为合适。"

第493—493句：翠翘说："习惯了，这老毛病今天又犯！
    不过，忧与乐也是天性，我也不知道该怎么办？"

第753—754句：这一耽误，我俩的情爱，
    定像落花流水一样永远消逝！

第851—852句：泪水像雨点落个不停，
    她痛恨马监生，又怨恨自己恬不知耻。

还有的是译文语言用词不当或逻辑不通。如：

第577—578句：他们有的拿着马刀，有的夹着戒尺
    活像一群牛头马面，搞得屋里乌烟瘴气。

第633—634句：家遭劫难和自己不幸使翠翘怄了一肚子气
    她每移动一步，眼里就洒下几行泪滴。

………

我相信，不懂越语的中国读者看了这样的译文，是很难将它同一部文学名著联系起来的。

（二）深谙中、越两国文化

著名翻译家尤金·A.奈达认为，译者仅仅通晓两种语言还远远不够，"要成为一名称职的译者，还必须谙熟两种文化，这样才能意会'弦外之

音'。"[1]在阮攸的《翘传》中，这种无法从字面上获得的"弦外之音"也绝非鲜见。因此，了解并谙熟中、越两国文化是《翘传》的中文译者所应具备的另一个重要条件。

1. 掌握中、越诗歌的语言特征，正确理解原诗的含义

越语和汉语同属词根语，或称孤立语，词与词之间的关系不是通过形态变化，而是通过语序、语气、虚词等手段来表示的。在诗歌语言中这种变化就更为灵活、多样。袁行霈先生在《中国诗歌艺术研究》中谈到诗歌的语言艺术时说，"如果从语言学的角度给诗歌下一个定义，不妨说诗歌是语言的变形，它离开了口语和一般的书面语言，成为一种特异的语言形式"，这种语言的变形，"在语音方面是建立格律以造成音乐美；用词、造句方面表现为：改变词性、颠倒词序、省略句子成分等。各种变形都打破了人们所习惯的语言常规，取得新、巧、奇、警的效果"[2]袁先生谈到的这些汉语诗歌语言变形现象在《翘传》语言中也同样存在。因此，译者在动手译诗前一定要仔细认真地阅读原文，透彻理解原著的每一个诗句，并吃透诗句字里行间的意思，理清词与词之间的语法关系。否则就会由于译者对原文理解出现偏误而在翻译中犯主观随意性的错误。试举数例如下：

* 例1：第597—598句：Một ngày lạ thói sai nha,

　　　　　　　　Làm cho khốc hại chẳng qua vì tiền.

在这联诗中，作者表达了对封建官府衙役丑恶嘴脸的揭露和痛斥，相当于汉语的大意是：这些衙役早已贪婪成性，如此折磨人不过是为了钱！其中的một ngày这个词组在这句诗里的含义相当于汉语"哪里是一天两天"或"历来如此"的意思〔Có phải một ngày đâu（từ xưa đến giờ vẫn thế），còn ai lạ gì cái thói của bọn sai nha（Đào Duy Anh：Từ điển Truyện kiều.tr.252〕。然而，由于译者没有弄清một ngày在诗句中的这个含义，往往会"一对一"地把它理解成"一天"或"有一天"。这样一来，翻译时就肯定要出问题。请看下面的译文：

黄译本：猛醒悟，衙役惯态，

　　　　滥施毒刑，无非志在金钱。

罗译本：不过有一天，衙役们突然收敛。

　　　　其实他们先前狠下毒手，也是为了钱！

在两个译本中，这句诗的翻译都是不正确的。至于罗译本译文中的其

1 〔美〕尤金·A.奈达著：《语言文化与翻译》，严久生译.内蒙古大学出版社，2001年，第129页。
2 袁行霈著：《中国诗歌艺术研究》，北京大学出版社，1987年，自序。

他一些重要词汇，如"突然"、"收敛"、"先前（恨下毒手）"等，更是毫无根据，在原文中根本不存在这样的意思，纯属译者的随意添加，这就更有悖于译文首先应遵循"信"这一重要的翻译原则了。

例2．第2175—2176句：　Quá chơi nghe tiếng nàng Kiều,
　　　　　　　　　　　　　Tấm lòng nhi nữ cũng xiêu anh hùng.

黄译本：他听说过翠翘才色出众，
　　　　　女儿心也倾慕英雄。

罗译本：他听说过翠翘才色出众，慕名探访，
　　　　　女儿心也久已倾慕英雄汉。

两位译者分别将Tấm lòng nhi nữ cũng xiêu anh hùng译成"女儿心也倾慕英雄"和"女儿心也久已倾慕英雄汉"。这显然是个本末倒置的错误。因为原文中的xiêu（倾慕）这个词已由普通用法转而为致动用法，即xiêu anh hùng不是"倾慕英雄"，而是"使英雄倾慕"的意思。这是译者对诗歌语言常常有改变词性、颠倒词序等一些特点没有掌握，故错将原文"英雄动情"的意思理解为"女儿动心"了。

2. 透彻理解并正确转达原文语言的文化内涵

"翻译是一种文化现象"已为越来越多的翻译家所认同。翻译学界也普遍地越来越重视文化因素在翻译中的作用。首先，也是十分重要的一点是，译者必须通过仔细认真地阅读原文，并对隐匿在字里行间的文化内涵、文学传统及其他背景知识有一个全面的理解和判定。否则，就会由于对原作文化内涵的无知或不解而造成译文的错译或偏误。笔者在对罗译本的多处错译或偏误分析中发现，有不少正是属于译者对原文，甚至译文的文化内涵缺乏了解所造成的。请看下面的例子。

例3．第463—464句：　Rằng:"Nghe nổi tiếng cầm đài,
　　　　　　　　　　　Nước non luống những lắng tai Chung Kỳ"

这里，阮攸借用了"高山流水"这个中国古代很有名的历史典故。传说春秋时期楚人伯牙善弹琴，他的演奏深为钟子期所理解。钟子期死后，伯牙便"破琴绝弦"，不再弹琴。诗人李白也曾不无感叹："钟子期已没，世上无知音"（见李白《月夜听卢子顺弹琴》）。阮攸借此典来描写金重自喻为翠翘的知音而在期盼聆听翠翘抚琴的心情。请看下面的中文翻译：

罗译本：金重说："听说你在琴台久已闻名，
　　　　　高山流水，就只等聆听钟子期的琴声！"

黄译本：金生道：素仰弹琴精妙，
　　　　　钟期流誉，可容俗人聆赏？

在罗译本中，虽然译者也点出了"高山流水"这个形容乐曲高妙精深的典故，但遗憾的是译者对这个典故中两位人物的关系并没有搞清楚，所以竟译成了"等着聆听钟子期的琴声"，造成了弹奏者伯牙与其知音钟子期的角色错位，使译文出现主客颠倒的错误！而在黄译本中，虽然没有出现这种"角色错位"，但译者将"高山流水"这个典故译成"钟期流誉"也欠妥。

例4. 第619—620句：

> Hạt mưa sá nghĩ phận hèn,
>
> Liệu đem tấc cỏ quyết đền ba xuân.

这里，上半联的Hạt mưa sá nghĩ phận hèn是作者取自Thân em như hạt mưa rào,hạt sa xuống giếng,hạt vào vườn hoa。这句在越南民间流传的歌谣，直译是"女人的命运就像天上落下的雨点，有的掉到井里，有的落到花园中。"意喻女人的命运完全不是能由自己所掌握的；下半联的八字句Liệu đem tấc cỏ quyết đền ba xuân则是阮攸借用了唐朝诗人孟郊《游子吟》中"谁言寸草心，报得三春晖"这句脍炙人口的名句，经阮攸稍作调整，变成了一行寓意深刻，越语韵味十足的六八体诗，借以表现翠翘誓将报答双亲养育之恩的拳拳之心。这正是阮攸驾驭语言艺术的独到之处。然而在翻译过程中，如果译者没有"听出"阮攸借用这句越南民谣和唐诗名句的"弦外之音"，在翻译时就会产生与作者本意毫不搭界的译文：

黄译本：雨丝随风飘落，

　　　　报亲恩，敢惜青春似锦。

罗译本：飘零的雨点哪顾得上微贱的性命，

　　　　她要誓将寸草心，报答三春的阳光。

而下半联的八字句，在黄译本中将其译成了"报亲恩，敢惜青春似锦"，问题很可能还是出在译者所依据的译本没有搞清阮攸的这句诗与孟郊的诗句究竟有什么联系，从而导致译文没有确切转达原作的深刻含义；而在罗译本中，也许译者已经意识到了阮攸的"良苦用心"，遗憾的是在译文的处理上却不很得体。因为对于中国读者来说，恐怕很难敏感地把"三春的阳光"与伟大的慈母之爱联系起来，而如果把ba xuân还原译成为"三春晖"，其中的"弦外之音"读者自然就心领神会，十分清楚了。中国文化博大精深，我们在翻译中固然不可随意擅用那些言简意赅、寓意深刻的成语或典故，但也应视具体情况而灵活掌握，不一定时时刻意地退避三舍。

三、期待较为理想的《金云翘传》中译本

在尤金·A.奈达看来，"翻译中出现个别术语或语法错误是可以谅解的，但如果不能再现原文的精神和动态效应则是'不可饶恕的罪过'。"[1]由此可见译者所肩负的责任之重。在构思撰写本文时，笔者曾发生过激烈的思想斗争。因为文中要谈的不是对某个中文译本翻译的鉴赏，而是提意见或批评！加之本文所涉及的不仅是两个中译本本身存在的问题，也牵扯到越南学界对这两个译本大相径庭的评价，因此笔者不得不犹豫再三。最后之所以能够扫除一切顾虑，大胆地将自己的意见谈出来，也可以说是一个业内知识分子的责任感使然。

季羡林先生说我国是"翻译大国"，而且，事实上不仅是一般的"翻译大国"，也是"文学翻译大国"。翻译文学已成为中国文学不可或缺的一个组成部分。多少翻译界前辈，通过自己的艰苦努力，将大量的国外文学名著译介到中国，使多少后人未出国门就能通过他们的译著不同程度地了解世界各国的民族文化和社会风貌，也使我国一代又一代人深受其益。相比之下，东方文学经典作品的翻译工作尚任重而道远。仅就越南的这部文学名著《翘传》来说，目前在我国所能见到的这两个译本的翻译质量，在信、达、雅方面都不同程度地存在着一些问题或缺陷，未能充分地显示出这部越南古典名著的文学艺术价值。台湾学者陈益原先生不无感叹地呼吁，"阮攸的《金云翘传》急需一理想的汉译本"。[2]对此笔者颇有同感。

实事求是地说，《翘传》的中译，特别是较为"理想"的中译，对任何一个译者来说都是一个严峻的挑战。对此，我们必须有一个清醒的认识和充分的准备。但这只是问题的一个方面。我们还应该看到问题的另一个方面：这部越南文学名著从创作题材到社会背景以及语言的文化内涵等方方面面都与中国文学、文化存在着千丝万缕的联系，是中、越文化"你中有我，我中有你"的一种亲缘关系。可以说，阮攸的语言艺术在除了越南本国语言之外的任何一种语言中，只有用汉语才能使其得到尽可能完美的体现。如果说翻译中的某些困难是"来源于文化上的特殊意义"的话，那么就《翘传》的中译而言，我们应该看到，通晓两国语言的中、越学者可谓独占"先机"，具有其他任何国家的学者所不具备的有利条件。这里只举一个简单的例子：在Một hai nghiêng nước nghiêng thành（《翘传》第27句）这个六字句诗中，nghiêng nước nghiêng thành（倾国倾城）是取自"北

1　〔美〕尤金·A.奈达：《语言文化与翻译·前言》，严久生译，内蒙古大学出版社，2001。

2　陈益原：《王翠翘故事研究》，西苑出版社，2003年8月，第85页。

方有佳人,绝世而独立,一顾倾人城,再顾倾人国"(《汉书》卷九十七《外戚传上·孝武李夫人传》)这一历史典故。译成中文时,我们只须将其"还原"成"倾国倾城"就既能最大限度地传递阮攸的"弦外之音",又能充分地保持诗句的含蓄和美感。可以肯定,这样的效果在除了汉语之外的任何其他语言中都是无法达到的。譬如,在一个英文译本中,译者将其翻译成A glance or two from her, and kingdoms rocked![1],使一句原本十分优美典雅的诗句变得索然无味!

总之,产生一个较为"理想的"《金云翘传》中译本的重任将责无旁贷地落到了通晓汉、越两种语言,了解中、越两国文化的学者肩上!让我们越语学界的同仁们尽心尽力,力争早日完成这项艰巨的任务!

北京大学 赵玉兰
2007年12月

(载于《广西民族大学 学报》 2008年第2期)

---

1 Nguyễn Du《The Talk of Kieu》translated by Huynh Sanh Thong, Yale University Press, 1983, p.3.

对《金云翘传》和《征妇吟曲》的文化诗学解析

近年来，"文化诗学"研究的展开，为诗学与文化关系的研究开辟了一条新的路径。所谓"文化诗学"就是"从文化学的立场出发去解释文学的形成、文学的功能和文学的特质等，使文学与文化的互动过程体现出一种诗性的生命精神"。[1]这为受中国文化影响的"汉文化圈"国家的文学研究提供了一种新的思维方法。事实证明，在中国以外的几个"汉文化圈"国家中，如日本、韩国（包括朝鲜）和越南，其文学发展的历史都曾经历过"汉文学时期"，有的甚至是汉文学长期占据正统文学的地位。比如越南，汉诗不仅是越南成文文学的发端，而且在越南封建社会八百多年的历史时期一直被作为高雅文学而受到尊崇。过去，学者们对越南古代文学的研究，多偏重于揭示中国文学对越南文学的影响研究，当然也少不了从历史、文化等层面去寻根溯源，但主要还是为了证明这种影响本身所产生的作用，而很少从文化学的视域对越南文学中不同文化质素的形成和发展及其文学功能进行具体分析，进而揭示越南文学是如何在与各种文化的互动和影响中来体现其"生命精神"之特质的。本文拟以18—19世纪越南文坛的两朵奇葩《金云翘传》和《征妇吟曲》为例，从"文化诗学"的视域进行比较和解析，以求更为客观地审视中国文化、文学对越南文学的影响以及越南民族文化的"基因"对文学发展所滋生的强大内动力量。

一、《金云翘传》和《征妇吟曲》与中国文化的亲缘关系

《金云翘传》和《征妇吟曲》是越南古代文学作品中的两部经典之作。二者犹如两株争奇斗艳的奇葩，为越南古代诗坛增添了绚丽夺目的艺术光辉。

《金云翘传》是18世纪末至19世纪初越南著名诗人阮攸以中国明末清初时期青心才人的小说《金云翘传》为蓝本，用喃字写成的一篇长达3254句的六八体叙事诗。原名《断肠新声》，后改名为《金云翘传》。青心才人的《金云翘传》是一部以基本史实为素材，描写才子佳人爱情故事的章回小说。阮攸的《金云翘传》自问世以来始终受到人们的热切关注和尊崇，在越南民间广为传颂。可以说，《金云翘传》对越南文学、文化以及

---

1 李吟咏：《诗学解释学》，上海人民出版社，2003，第230页。

越南民族精神、心理等方面的影响程度之深，范围之广，已远远超过了任何一部文学作品。在越南，提起《金云翘传》可谓无人不知，无人不晓。普通的老百姓不仅非常熟悉《金云翘传》的故事情节及人物形象，还能随口背诵诗中的不少段落或诗句，连一些不识字的文盲也能成段地背诵。越南人都为自己的民族能有《金云翘传》这样一部文学杰作而感到自豪。在越南曾经流行这样一句话："翘传在，越语在，越语在，越南在！"由此可见《金云翘传》在越南人民心目中的地位之高，影响之大！

《征妇吟曲》是18世纪越南诗人邓陈昆以战争给妇女命运造成的悲剧为题材，用汉文写成的一篇古乐府杂言诗，全诗长476句。《征妇吟曲》成书于约1741年前后。作品面世后，得到越南文学界名家的高度评价和赞誉。作者笔下那有如行云流水的字句，那如泣如诉的话语，令人深深地感动和叹服。作品问世后所引发的翻译热经久不息。虽然《征妇吟曲》由于语言等方面的关系，没能像《金云翘传》那样深深地扎根于人民群众而只是在社会上广为流传，但在学界也得到高度评价，曾有"高情逸调霸词林，近来脍炙相传颂"的美誉。《征妇吟曲》已多次被译成易于为越南人所接受的喃字"双七六八体"或"六八体"诗。其中，由与诗人同时代的才女段氏点翻译的喃字"双七六八体"诗《征妇吟演歌》是目前流传最广，也是最接近原诗的译作。

可以说，在越南文学发展历史中，《金云翘传》和《征妇吟曲》在艺术上都取得了前无古人的巨大成功，成为越南古典文学最具艺术价值的两颗明星。值得注意的是，这两部长诗的题材不同，体裁各异，在艺术风格上也各有千秋。但它们却有一个共同的特点，那就是都与中国文学、文化有着密不可分的亲缘关系。

二、《金云翘传》和《征妇吟曲》受容中国文化的基础和条件

乐黛云教授认为，"影响"需要一定的条件，而影响的种子只有播在那片准备好的土壤上才会萌芽生根。[1]无疑越南这片土壤是最适合汉文化影响的这粒"种子""萌芽生根"的地方，因为"世界上没有任何一个国家与中国关系之密切有如越南者。"[2]

越南人民是一个酷爱诗歌的民族，而抑扬顿挫、音调丰富的民族语言又非常适合他们用对歌的方式来表达意愿、交流情感，因此民间不断地产生和流传着大量的民歌、民谣和俗语。这些丰富的民歌、民谣伴随着越南

1　乐黛云：《比较文学与比较文化十讲》，复旦大学出版社，2004，第179页。
2　戴可来、杨宝筠校点：《岭南摭怪等史料三种·前言》，中州古籍出版社，1991。

民族的成长和发展，是越南民族文学发展的"基因"。然而，在公元10世纪以前的一千多年中，由于越南尚未产生自己的民族文字，只能借用汉字作为语言的载体，而汉字与越南语又存在着音义脱节的矛盾，故越南的民间歌谣无法像中国的《诗经》和乐府民歌那样得到系统的搜集和整理，更谈不上用民族文字来写诗论诗了。即使在10世纪越南独立建国之后几百年的封建社会历史时期，汉字在越南仍保持着官方通用文字的地位，在客观上成为中国文化、文学在越南传播的重要载体和路径。从另外一个角度来看，这也是越南文学、文化从中国文化中得其精髓的重要条件。

中国诗歌大量传入越南始于唐代。王力先生在谈及汉字输入越南的过程时曾指出，"……唐代在越南设学校，强迫学习汉字，于是整套汉字都必须学会了。汉代的越南借用汉语的语汇只是口语的；唐代却须兼通文字。"[1]从目前所看到的资料证明，越南成文文学的出现是在越南独立建国之后（公元10世纪末）。关于这一点，越南学者已有明确论断，"直到10世纪末至11世纪初，越南才有了第一首用汉语写成的诗歌……大师吴真流于987年为饯宋使李觉所作的《阮郎归》[2]一词成为我国文学发展历史上的一个重要标志。"[3]这说明，不仅汉字是越南诗歌的第一文字载体，汉诗也成为了越南诗学的发端。

由于汉字的传入和使用，才使得越南人用汉语模仿中国诗歌进行创作成为可能。即使在13世纪越南产生了自己的民族文字——喃字之后，在诗歌创作上，汉诗仍被视为高雅文学，普遍受到越南文人以及上层社会的尊崇。其中唐诗对越南诗歌影响为最深。在越南古代著名诗人中，可以说没有哪一位没有写过汉诗，从帝王将相到文人士子，他们或相互酬唱，或抒情言志，都以吟诵汉诗为最高雅的形式并留下了大量的汉文诗作，如黎贵惇、阮廌、阮秉谦、阮攸等多位学者、诗人、政治家都有汉文诗集流传于世。17—18世纪，越南的喃字文学得到迅速发展，文坛上开始出现大量叙事性较强的喃诗传。这些喃诗传虽然使用的文字是越南的民族文字，但从作品的题材到哲理思想等很多方面都与中国文学、文化有着非常直接的密切关系，如《二度梅》、《潘陈》、《苏公奉使》等。《金云翘传》和《征妇吟曲》正是在这样一种社会文化背景下产生的越南文坛两奇葩。

1　王力：《汉语史论文集》，科学出版社，1958，第299页。

2　另一名为"王郎归"，见《李陈诗文》第I集，河内科学出版社，1977，第208页。

3　〔越〕裴文元、何明德：《越南诗歌》，河内：社会科学出版社，1971，第46页。

三、《金云翘传》、《征妇吟曲》对中国文学、文化的借鉴和吸收

如果说"文化诗学"可以"从文化学的立场出发去解释文学的形成、文学的功能和文学的特质"的话，那么，我们从"文化诗学"这一视域出发，对《金云翘传》和《征妇吟曲》这两部诗作进行比较和分析，就是企望通过这样一种新的角度和思维对外来（中国）文化、文学与本土（越南）文化、文学在"影响"与"接受"的过程中所产生的某些现象能从文化学的角度进行解析。

（一）对中国文学题材的借鉴与模仿

中国明末清初年间，产生了青心才人的章回小说《金云翘传》。作品演绎了王翠翘与金重二人充满坎坷曲折，悲欢离合的爱情故事，属才子佳人类的小说。阮攸以青心才人的小说《金云翘传》为蓝本，用越南人民喜闻乐见的"六八体"写成了一部长达三千多句的喃文诗传。书名最初为《断肠新声》，后改为《金云翘传》，是从故事中三位主要人物"翠翘"、"翠云"和"金重"的名字中各取一字连缀而成的。

阮攸的《金云翘传》与青心才人的《金云翘传》从题材到内容都基本相同或无大异。青心才人作品中的所有人物、地点以及故事情节等，都被阮攸几乎原封不动地移植到自己的作品中来。对此，中越学界不曾存在任何争论。只是在阮攸的《金云翘传》成书时间上，至今学者们仍有不同意见。有人认为，阮攸见到青心才人的《金云翘传》应该是在他出使中国期间（1813—1814年），这就是说，成书的时间不应早于1814年；但也有人推测，《金云翘传》成书时间应该在1813年阮攸出使中国之前。持这一说法的重要推理依据是，阮攸在出使中国时已官位显赫，这决定了他不可能刻意跟朝廷作对，公然在自己的作品中无情地揭露、抨击社会的腐败和黑暗，特别是对被封建统治阶级视为心腹之患的代表人物徐海在作品中给予正面的描写。至于为什么他能在出使中国之前就看到青心才人的小说的问题，这也并不难解释，因为在这个阮氏大家族中，早在他之前就已有人奉命出使中国，并从中国带回了不少书籍，阮攸自然有机会接触到大量的中国文学作品，包括青心才人的《金云翘传》。关于这一争论，在未获得确凿的考证之前可暂作"存疑"。

邓陈昆的《征妇吟曲》虽不是像阮攸那样对某一篇作品进行"整体移植"，但在他的这部"吟曲"中随处可见中国古典诗歌的印痕。对此，越南学者赖玉疆明确指出，"邓陈昆的《征妇吟曲》在音调方面接受了汉乐府的影响，在构思方面多受中国有关战争、离别及爱情诗的影响。"[1] 邓陈

1　〔越〕赖玉疆：《〈征妇吟〉考释与介绍》，文学出版社，1964，第14页。

昆写《征妇吟曲》的社会背景是18世纪上半叶的越南。由于南北封建势力严重对峙，致使越南国内战祸连绵，社会动荡不安。作品中并没有具体的人物塑造，更无人物之间的对话，而是重墨对一位征妇在送别出征的丈夫之后不得不面对种种残酷的现实及其一系列复杂的内心感受进行了唯美唯真的细腻描写，强烈地控诉了战争制造者给人民的精神和物质生活造成的巨大痛苦和灾难。作品在文字上用的是汉字，在体裁上则采用古乐府间杂言诗的样式。凡熟悉中国诗歌的人读了《征妇吟曲》都会很自然地产生一种似曾相识的感觉，并且很难想象这样一篇汉文长诗竟是出自一位非中国诗人之笔下。越南著名学者潘辉注在分析《征妇吟曲》的创作时也认为，"作者大概是采用了古乐府和李白的诗，然后融合成篇" [1] 然而，当我们对《征妇吟曲》进行认真的研究后发现，除了汉乐府和李白的诗之外，邓陈昆还从很多诗人、诗作那里借用了大量的表现战争、离别及边塞诗歌等题材的诗料、诗句。如古诗十九首中的"行行重行行"以及唐诗中王昌龄、杜甫、白居易、孟浩然等人的诗作都被邓陈昆大量地引用或借鉴。例如，我们在读到"老亲兮倚门，婴儿兮待哺。……"时，便会自然地想起杜甫的《石壕吏》中那位老妪发出的"室中更无人，唯有乳下孙"的凄婉哀诉；读到"相顾不相见，青青陌上桑。陌上桑，陌上桑，妾意君心谁短长？"便知这是邓陈昆巧妙地借用了汉乐府的名篇《陌上桑》的诗句，来表达妻子对与丈夫离别时的种种复杂心绪，其中有深深的眷恋和期盼，更多的则是无助和不安。同样，当我们读到"今朝汉下白登城，明月胡窥青海曲"时，便很自然地联想起李白在《关山月》中描述的"汉下白登道，胡窥青海湾"的大漠征战景象；看到"古来征战几人还，班超归时鬓已斑"时，更会由衷地叹服这位越南诗人对唐诗绝句"醉卧沙场君莫笑，古来征战几人回"的谙熟并恰到好处。

　　（二）对中国诗歌语言的巧用与吸收

　　阮攸创作《金云翘传》用的是喃字，采用的形式是被越南人称之为纯民族的六八体诗。也就是说，《金云翘传》无论是诗歌的载体还是表现形式都是很民族的。但是，读过《金云翘传》的人都会发现，无论是原著还是中文译本，作品除了在题材上取材于中国文学作品之外，在诗歌的语言上也借鉴和吸收了大量的中国文学、文化精粹。在《金云翘传》中，阮攸对中国成语、典故和经典诗句的运用已达到了信手拈来，出神入化的境界。不仅象"倾国倾城"、"寸草春晖"、"结草衔环"、"合浦珠还"、"沧海桑田"、"红叶题诗"、"青鸟传书"、"精卫填海"等中

1　〔越〕《越南文学总集》（卷13），社会科学出版社，2000，第13页。

国人耳熟能详的一些成语、典故都频频出现在他的六八体长诗中，甚至有不少完整的诗句也被阮攸"中为越用"，天衣无缝地镶嵌在自己的诗作里。如对"人面不知何处去，桃花依旧笑春风"这句诗，阮攸只作了一个字的"微调"，将"春风"变为"东风"，就将崔护的诗句移植到自己的作品中，并保持了六八体诗在字数、音韵上的丝毫不变，使诗的艺术境界发挥到了极致，收到了巧夺天工的艺术效果。类似的情况还有很多，如"庄生晓梦迷蝴蝶，望帝春心托杜鹃"（李商隐《锦瑟》）、"鸡声茅店月，人迹板桥霜"（温廷云《尚山早行》）、"铜雀春深锁二乔"（杜牧《赤壁》）等诗句都被阮攸或整句借用，或稍加改动，进行了大胆地借用。在《金云翘传》中，从《诗经》、《楚辞》到汉乐府、唐诗、宋词，从《春秋》、《左传》到《史记》、《汉书》、《晋书》等中国典籍中大量的历史典故、名言隽句都被阮攸信手拈来，运用自如。

　　更难得的是，对一些连中国人也要费一番功夫查找的诗句、典故，阮攸也能需之取之，并且用得恰到好处。譬如，在《金云翘传》的尾声部分，有这样一个情节：金重劝翠翘答应与他履践前盟，结为夫妻，在翠翘坚持不肯的情况下，金重说了这样的一句话："难道你，至今犹疑仍不信，忍把萧郎当路人？"这显然是阮攸借用唐朝诗人崔郊的"侯门一入深似海，从此萧郎是路人"这句诗而巧妙地引用了一个典故。还有白居易《长恨歌》中的诗句"在天愿作比翼鸟，在地愿为连理枝"，"此恨绵绵无绝期"；杜牧《赤壁》中的"东风不与周郎便，铜雀春深锁二乔"；杜甫《上白帝城》中的"取醉他乡客，相逢故国人"；孟郊《游子吟》中的"谁言寸草心，报得三春晖"等等。这些脍炙人口的唐诗都在《金云翘传》中出现过，只不过这些原本为五言或七言的诗句，一经阮攸巧妙地略加"处理"，便被天衣无缝地镶嵌在他的六字句或八字句的诗中。对于懂越语的中国人，或懂汉语的越南人来说，读之自然都会知道这些诗句的出处，而在那些不懂汉语或对中国文学不甚了解的越南人看来，这些出现在《金云翘传》中的精彩诗句或成语自然是越南诗歌语言的美丽和精彩。阮攸用自己的母语将这些中国诗句的精妙之处表达得如此准确、自然和得体，这不能不归功于诗人的语言艺术才华。阮攸的《金云翘传》最重要的成功就是表现在语言艺术上，诗人对民族语言的发展作出了巨大的贡献.

　　在《征妇吟曲》中，邓陈昆对中国诗歌语言的娴熟运用以及对中国成语、典故的巧借妙引也无不显示出诗人对中国诗歌的深刻领悟和烂熟于胸。例如，作品在描写妻子送别丈夫的一节中有这样的诗句："分程兮，河梁，/徘徊兮，路旁，/路旁一望旆央央。/前军北细柳，/后骑西长杨，/

骑军相拥君临塞，/杨柳哪知妾断肠。"诗中的"河梁"便是出自李少卿（汉将李陵）的一首送别名篇《与苏武三首》中的诗句"携手上河梁，游子暮何之，徘徊蹊路侧，恨恨不得辞"。这里的"河梁"即"桥梁"，指送别之地，后用做咏别的典故；而"细柳"和"长杨"则指的都是地名，为军营或驻军地点。其中"细柳"即"细柳营"，为西汉周亚夫将军屯兵之地，在今咸阳西南，后因用咏军营的典故；而作者更进一步将表示地名的"杨"、"柳"二字连缀成"杨柳"，变成了时光景色的标志，读之不禁使人又自然想起王昌龄那脍炙人口的诗句"忽见陌头杨柳色，悔教夫婿封侯觅"（《闺怨》）。此外，谁又能断然否定邓陈昆也从陈淳祖《征妇吟》"江边迤逦春无赖，杨柳枝垂人未还"[1]的诗句中受到了启迪呢？在《征妇吟曲》中，常可见到诗人或直接援引中国诗人的经典诗句，或依托某一首诗所表现的情景、意象，经诗人稍事调整便"加工"出了一个个寓意不同的新诗句。例如在描写丈夫出征后，妻子不得不承担起家庭的全部重担时，诗人只用了"供亲课子此一身"这一句诗便将征妇艰难无助（"供亲"、"课子"）和万般孤独（"此一身"）的复杂境遇和感情表达得尽致淋漓。邓陈昆不仅大量采撷汉乐府诗的精粹，吸纳唐诗的精华，还善于用诗人的真情，将它们巧联妙用，组成富有新义的诗章，形成诗人的独特风格。例如，诗人集中国边塞诗歌之精髓，写出了"古来征战人，性命轻如草"、"征夫貌谁丹青？死士魂谁凭吊？"的精辟诗句。这些质朴而沉重的文字明白无误地点出了征夫的悲剧命运，表达了征妇内心的愤懑。她终于大胆地向最高威权发出了"锦帐君王知也无"的强烈谴责和质问。更令人玩味无穷的是，《征妇吟曲》的创作背景是连绵的战乱给人民带来无尽苦难和离乱的越南社会，而诗人在作品中，无论是描写征人与妻子的别离之地，还是征人出征的战场等几乎所有与战争或当事人相关的人、地、物的名称都是直接取自于中国，如"瀚海"、"楼兰"、"咸阳"、"潇湘"、"白城"、"汉宫钗"、"秦楼镜"等等。这些词汇既带有金戈铁马的边塞风韵，也不乏乐府诗的阴柔凄悲之美，它们都从不同的角度验证了邓陈昆的《征妇吟曲》与中国诗歌的亲缘关系。这种亲密的程度在世界各民族之间的文学和诗学比较研究中恐怕也并不多见。

四、民族文化"基因"是越南诗歌发展的内动力

　　周一良先生在对不同国家和民族之间的文化交流研究中，将文化分为三个层次，即狭义文化、广义文化和深义文化。并且，他认为，"在这三

1　《全宋诗》（卷六三），第 39405 页，陈淳祖。

个层次的文化之中，狭义和广义的文化可以互相学习、引进，在对方国家生根、发芽、开花、结果；而深义的文化，由于是长期在特定的、自然的、历史的和社会的条件下所形成，成为民族精神的结晶"[1]通俗地解读这个"深义文化"就是带有某个民族自身特质的民族文化。在历史上，尽管越南从属于中国封建统治长达千余年，中国文化对越南的影响无所不及，不可谓不深，在文学、诗学方面也无一例外。这一点，我们在《金云翘传》和《征妇吟曲》这两部作品中已找到了肯定的注脚。这两部作品在题材、内容及语言等方面都从中国文学、文化中进行了大量的借鉴和吸收，与中国文学、文化有着无法摆脱的关系。然而，这两朵越南古典文学艺术的"并蒂莲"之"命运"却有很大的不同。无论是从它们在越南社会产生影响的深刻性和广泛性，还是被人民群众接受和认知的程度上看，《征妇吟曲》与《金云翘传》都有着明显的差距。

阮攸的《金云翘传》在越南民众中受尊崇和追捧的程度之深、之广及其影响之大，已远远超过了其他任何一部越南文学名著。作品中的很多精美练达的诗句已渗透到越南人的思想、观念以及他们的日常生活之中。越南民众对《金云翘传》的热爱和追捧程度已超出了人们的一般想象。《金云翘传》中的很多诗句、成语早已成为使用频率很高的大众语言。更有学者还研究总结了《金云翘传》在越南创下的若干个"之最"或"第一"。例如：《金云翘传》是第一部使作者跻身于世界文化名人的文学作品；第一部被搬上越南银幕的文学作品；拥有读者最多并最受群众喜欢吟诵的文学作品等等。可以说，在越南的文学作品中（包括古典文学和现代文学），没有任何一部作品像《金云翘传》这样地深入人心，其传播如此之广，其影响如此之大。相比之下，邓陈昆的《征妇吟曲》却远没有如此的"幸运"。实事求是地说，如果仅从中国文学的视角来评价这两篇文学作品的艺术价值以及两位作者所表现出的深厚的汉文化功底，实难分出高低上下。那么，为什么它们在越南的影响却有如此的差距呢？细细分析个中原因，最根本的一点恐怕还是在于阮攸始终将自己的创作置身于民族文化的土壤之中，并从中汲取永不枯竭的力量。在这一点上，显然阮攸胜过了邓陈昆。

首先，在诗的载体——文字上，邓陈昆的《征妇吟曲》采用的是汉字。诗人在创作中所展现的中国文化内涵和中国文学精粹，对于多数不懂汉文的越南人来说，难免成了曲高和寡之作。虽然后来有人用喃文将其翻译成双七六八体或六八体诗，并且有的译本已达到了相当高的水准，如段

---

[1]　周一良主编：《中外文化交流史·前言》，河南人民出版社，1987。

氏点用双七六八体诗翻译的《征妇吟演歌》受到越南学界及读者的普遍赞誉，然而，翻译毕竟不是创作，译作的水平再高也很难完全不折不扣地表现出原著的"原汁原味"；其次，《征妇吟曲》采用的体裁是古乐府，从诗的样式到诗的语言，除了少数有一定汉文化修养的知识分子之外，更因其难以被越南民众所接受而成为脱离群众的"阳春白雪"。而阮攸的《金云翘传》则采用的是越南人民最为熟悉和喜爱的"六八体"诗，故作品具有庞大的受众群体。六八体诗在越南之所以如此的为人民喜爱，具有很强的民族性，其中一个重要因素就是这种六八字句相间的歌谣、俗语在越南古已有之。早在越南的民族文字产生之前，劳动人民就创造了大量六八字相间的民歌、民谣、谚语、俗语，以口头传颂的方式来表达感情，交流经验，内容十分丰富。直到15世纪末、16世纪初，这种民间歌谣的形式逐渐被文人运用于自己的诗歌创作之中后才逐渐成为一种正式的民族诗歌体裁。到18、19世纪，"六八体"诗得到迅速发展。这种六八字相间的诗体具有律诗所不具备的优点。在形式结构上，"六八体"诗与律诗的最大不同在于，虽然"六八体"也有一定的平仄、韵律规则，但并不像律诗那样在句数、声韵、对仗等方面都有严格的要求和限制。"六八体"不限句数，想长则长，想短则短；在押韵规则上"六八体"也有很大的灵活性，特别是在"六八体"诗的八字句中除了有脚韵，还有腰韵，并且只要八字句的第六个字（腰韵）能押上前面的六字句的脚韵即可，下一个八字句的脚韵则可根据作者的意愿而定，或需要进行换韵，也十分易于操作，非常适合越南语声调丰富（6个声调）、富于音乐美的特点，易于为群众接受，深受人民群众的喜爱。

　　更重要的是，阮攸时刻不忘将自己的创作植根于民族文学的沃土之中，从中吸取丰富的营养，并不断地将那些通过借鉴、采集到的中国文学精华进行"中为越用"的加工和处理，使其最大限度地"民族化"，以致一些没有汉文基础的越南人竟将《金云翘传》中原本是从中国成语或典故引进的"舶来品"当成了越南的"本地产"。正是阮攸准确地驾驭了文学与文化的互动过程中所释放出的这种"诗性的生命精神"，使他的这部文学杰作《金云翘传》既不乏通俗，又不失高雅，被赋予了经久不衰的艺术生命力。而这一点正是邓陈昆的《征妇吟曲》所无法望其项背的。

　　从以上对《征妇吟曲》和《金云翘传》进行文化诗学的解读和分析，我们是否可以得出"民族文化是越南诗学发展的内动力"之结论呢？

（载于《东方文化研究》集刊2）

参 考 文 献

1. 青心才人编次：《金云翘传》，春风文艺出版社,1983年。

2. 黄轶球译：《金云翘传》，人民文学出版社，1959年。

3. 罗长山译：《金云翘传》，（越南）文艺出版社，2006年。

4. 陈益源：《王翠翘故事研究》，西苑出版社，2003年。

5. 董文成：《金云翘传》，春风文艺出版社，1999年。

6. 程毅中：《中国诗体流变》，中华书局，1992年。

7. 杨仲义：《中国古代诗体简论》，中华书局，1997年。

8. Đào Duy Anh hiệu khảo chú giải：《Truyện Kiều》,NXB Văn Học Hà Nội-1984.

9. Nguyễn Thạch Giang khảo đính và chú giải：《Thơ Quốc Âm Nguyễn Du》, NXB Giáo Dục,Hà Nội-1996.

10. Nguyễn Việt Hoài hiệu đính và chú thích：《Kim Vân Kiều》, KUY SƠN xuất bản, 1957.

11. Bùi Kỷ và Trần Trọng Kim hiệu khảo：《Truyện Thúy Kiều》, NXB Tân Việt.

12. Đào Duy Anh：《TỪ ĐIỂN TRUYỆN KIỀU》, NXB Khoa học xã hội,Hà Nội-1974.

13. Vân Hạc Văn Hòe：《TRUYỆN KIỀU CHÚ GIẢI》, NXB ZIELEKS.

14. Trần Văn Chánh-Trần Phước Thuận-Phạm Văn Hòa：《Truyện Kiều Tập Chú》, NXB Đà Nẵng, 1999.

15. Đào Thái Tôn：《Văn Bản Truyện Kiều》, NXB Hội Nhà Văn,Hà Nội-2001.

16. Phan Ngọc：《Tìm hiểu PHONG CÁCH NGUYỄN DU TRONG TRUYỆN KIỀU》, NXB Thanh Niên, 2007.

17. Đào Duy Anh：《Khảo Luận về Truyện THÚY KIỀU》, NXB Văn Hóa-Thôn Tin,2007.

18. Phạm Đức Huân：《Truyện Kiều –Hướng về nguyên tác》, NXB Văn Hóa-Thông Tin Hà Nội-2008.

19. Nguyễn Khắc Bảo-Nguyễn Trí Sơn phiên âm và khảo đính：《TRUYỆN KIỀU bản liễu Văn Đường cổ nhất》, NXB Nghện An, 2004.

20. Nguyễn Tài Cẩn：《Tư Liệu TRUYỆN KIỀU từ bản DUY MINH THỊ đến bản KIỀU OÁNH MẬU》, NXB Văn Học,2004.

21. Nguyễn Tài Cẩn：《Tư Liệu TRUYỆN KIỀU BẢN DUY MINH THỊ 1872》

22. Nguyễn Thạch Giang：《Đoạn Trường Tân Thanh》, NXB Văn HoaSafi Gòn, 2005.

23. TrẦn Đình Sử：《Thi Pháp Truyện Kiều》, NXB Giáo Dục,2002.

24. Phạm Đan Quế：《TRUYỆN KIỀU & những kỷ lục》, NXB Thanh Niên,2005.

25. Phạm Đan Quế：《TRUYỆN KIỀU và KIM VÂN KIỀU TRUYỆN》, NXB Thanh Niên,2003.

26. Nhiều Tác giả：《Tranh luận về Truyện Kiều（1924-1945）》, NXB Văn Học,2009.

27. Lê Quế：《SO SÁNH DỊ BẢN TRUYỆN KIỀU》,NXB Hội Nhà Văn,Hà Nội-2006.

28. Nhiều Tác giả（Hoài Phương tuyển chọn）：《TRUYỆN KIỀU Những lời bình》, NXB Văn Hóa Thông Tin,2008.

29. Nguyễn Quảng Tuân：《Truyện Kiều nghiên cứu và thảo luận》, NXB Văn Học, 2004.

30. Lê Xuất Lít：《Tìm hiểu từ ngữ Truyện Kiều》, NXB Giáo Dục,2003.

31. Lê Thước, Trương Chính sưu tầm,chú thích,phiên âm：《Thơ chữ Hán Nguễn Du》, NXB Văn Học,1978.

32. Phạm Tú Châu：《Đi Giữa đôi dòng》, NXB Khoa Học Xã Hội,Hà Nội-1999.

33. Trịnh Bá Đĩnh, Nguyễn Hữu Sơn-Vũ Thanh tuyển chọn và giới thiệu：《NGUYỄN DU về tác gia và tác phẩm》, NXB Giáo Dục, 2007.

34. Phan Tử Phùng biên soạn：《TRUYỆN KỀU Nôm-Quốc ngữ đối chiếu》, NXB Khoa Học Xã Hội Ha Nội-2008.

35. Thế Anh phiên âm va khảo di：《Nguyễn Du：Đoạn Trường Tân Thanh》Đối chiếu Nôm-Quốc ngữ, NXB Văn Học.

Truyện Kiều[1]

Nguyễn Du

Trăm năm trong cõi người ta,
Chữ tài chữ mệnh khéo là ghét nhau.
Trải qua một cuộc bể dâu,
Những điều trông thấy mà đau đớn lòng.
5　　Lạ gì bỉ sắc tư phong,
Trời xanh quen thói má hồng đánh ghen.

*

* *

Cỏ thơm lần giở trước đèn,
Phong tình cổ lục còn truyền sử xanh.
Rằng:　Năm Gia Tĩnh triều Minh,
10　Bốn phương phẳng lặng hai kinh vững vàng.
Có nhà viên ngoại họ Vương,
Gia tư nghỉ cũng thường thường bậc trung.
Một trai con thứ rốt lòng,
Vương Quan là chữ nối dòng nho gia.
15　Đầu lòng hai ả tố nga,
Thúy Kiều là chị em là Thúy Vân.
Mai cốt cách tuyết tinh thần,
Mỗi người mỗi vẻ mười phân vẹn mười.
Vân xem trang trọng khác vời,
20　Khuôn trăng đầy đặn nét ngài nở nang.
Hoa cười ngọc thốt đoan trang,
Mây thua nước tóc tuyết nhường màu da.
Kiều càng sắc sảo mặn mà,
So bề tài sắc lại là phần hơn.
25　Làn thu thủy nét xuân sơn,
Hoa ghen thua thắm liễu hờn kém xanh.
Một hai nghiêng nước nghiêng thành,

1　译者选择的是陶维英校考、注解的"翘传"（河内文学出版社 1984 年版），但根据至今所
见喃字版"翘传"均无标点符号插入六字或八字的诗句之中，其他版本在某一句诗中插入
标点符号的情况也不尽相同，加之附在陶维英"翘传辞典"后面的"翘传"国语文本也没
有在诗句中插有标点符号（主要为逗号），故对附录的 Truyện Kiều 所有插入六字句或八字
句中的标点符号，除个别情况作少量保留之外，多数已被删除。

Sắc đành đòi một, tài đành họa hai.

Thông minh vốn sẵn tính trời,

30 Pha nghề thi họa đủ mùi ca ngâm.

Cung thương lầu bậc ngũ âm,

Nghề riêng ăn đứt Hồ cầm một trương.

Khúc nhà tay lựa nên xoang,

Một thiên"Bạc mệnh"lại càng não nhân.

35 Phong tư rất mực hồng quần,

Xuân xanh xấp xỉ tới tuần cập kê.

Êm đềm trướng rủ màn che,

Tường đông ong bướm đi về mặc ai.

*

*　*

Ngày xuân con én đưa thoi,

40 Thiều quang chín chục đã ngoài sáu mươi.

Cỏ non xanh tận chân trời,

Cành lê trắng điểm một vài bông hoa.

Thanh minh trong tiết tháng ba,

Lễ là Tảo mộ hội là Đạp thanh.

45 Gần xa nô nức yến anh,

Chị em sắm sửa bộ hành chơi xuân.

Dập dìu tài tử giai nhân,

Ngựa xe như nước áo quần như nêm.

Ngổn ngang gò đống kéo lên,

50 Thoi vàng vó rắc tro tiền giấy bay.

Tà tà bóng ngả về tây,

Chị em thơ thẩn dan tay ra về.

Bước lần theo ngọn tiểu khê,

Nhìn xem phog cảnh có bề thanh thanh.

55 Nao nao dòng nước uốn quanh,

Nhịp cầu nho nhỏ cuối ghềnh bắc ngang.

Sè sè nấm đất bên đường,

Dàu dàu ngọn cỏ nửa vàng nửa xanh.

Rằng: "Sao trong tiết Thanh minh,

60 "Mà đây hương khói vắng tanh thế mà?"

Vương Quan mới dẫn gần xa:

"Đạm Tiên nàng ấy xưa là ca nhi,

"Nổi danh tài sắc một thì,

"Xôn xao ngoài cửa hiếm gì yến anh,

65 "Kiếp hồng nhan có mong manh,

"Nửa chừng xuân thoắt gẫy cành thiên hương.

"Có người khách ở viễn phương,

"Xa nghe cũng nức tiếng nàng tìm chơi.

"Thuyền tình vừa ghé tới nơi,

70 "Thì đà trâm gãy bình rơi bao giờ!

"Buồng không lặng ngắt như tờ,

"Dấu xe ngựa đã rêu lờ mờ xanh.

"Khóc than khôn xiết sự tình:

"Khéo vô duyên bấy là mình với ta!

75 "Đã không duyên trước chăng mà,

"Thì chi chút ước gọi là duyên sau.

"Sắm sanh nếp tử xe châu,

"Vùi nông một nấm mặc dầu cỏ hoa.

"Trải bao thỏ lặn ác tà,

80 "Ấy mộ vô chủ ai mà viếng thăm".

Lòng đâu sẵn mối thương tâm,

Thoắt nghe Kiều đã đầm đầm châu sa:

"Đau đớn thay phận đàn bà!

"Lời rằng bạc mệnh cũng là lời chung.

85 "Phũ phàng chi bấy Hóa công!

"Ngày xanh mòn mỏi má hồng phôi pha.

"Sống làm vợ khắp người ta,

"Hại thay thác xuống làm ma không chồng!

"Nào người phượng chạ loan chung,

90 "Nào người tiếc lục tham hồng là ai?

"Đã không kẻ đoái người hoài,

"Sẵn đây ta thắp một vài nén hương.

"Gọi là gặp gỡ giữa đường,

"Họa là người dưới suối vàng biết cho."

95 Lầm rầm khấn vái nhỏ to,

Sụp ngồi vài gật trước mồ bước ra.

Một vùng cỏ áy bóng tà,

Gió hiu hiu thổi một và bông lau.

Rút trâm sẵn giắt mái đầu,

100 Vạch da cây vịnh bốn câu ba vần.

Lại càng mê mẩn tâm thần,

Lại càng đứng lặng tần ngần chẳng ra.

Lại càng ủ dột nét hoa,

Sầu tuôn đứt nối châu sa vắn dài.

105 Vân rằng: "Chị cũng nực cười,

"Khéo dư nước mắt khóc người đời xưa!"

Rằng: "Hồng nhan từ thuở xưa,
"Cái điều bạc mệnh có chừa ai đâu!
"Nỗi niềm tưởng đến mà đau,
110 "Thấy người nằm đó biết sau thế nào?"
Quan rằng: "Chị nói hay sao!
"Một lời là một vận vào khó nghe.
"Ở đây âm khí nặng nề,
"Bóng chiều đã ngả đường về còn xa."
115 Kiều rằng: "Những đấng tài hoa,
"Thác là thể phách còn là tinh anh.
"Dễ hay tình lại gặp tình,
"Chờ xem ắt thấy hiển linh bây giờ."
Một lời nói chửa kịp thưa,
120 Phút đâu trận gió cuốn cờ đến ngay.
Ào ào đổ lộc rung cây,
Ở trong dường có hương bay ít nhiều.
Đè chừng ngọn gió lần theo,
Dấu giầy từng bước in rêu rành rành.
125 Mặt nhìn ai nấy đều kinh,
Nàng rằng: "Này thực tinh thành chẳng xa.
"Hữu tình ta lại gặp ta,
"Chớ nề u hiển mới là chị em."
Đã lòng hiển hiện cho xem,
130 Tạ lòng nàng lại nối thêm vài lời.
Lòng thơ lai láng bồi hồi,
Gốc cây lại vạch một bài cổ thi.

*

* *

Dùng dằng nửa ở nửa về,
Nhạc vàng đâu đã tiếng nghe gần gần.
135 Trông chừng thấy một văn nhân,
Lỏng buông tay khấu bước lần dặm băng.
Đề huề lưng túi gió trăng,
Sau chân theo một vài thằng con con.
Tuyết in sắc ngựa câu giòn,
140 Cỏ pha màu áo nhuộm non da trời.
Nẻo xa mới tỏ mặt người,
Khách đà xuống ngựa tới nơi tự tình,
Hài văn lần bước dặm xanh,
Một vùng như thể cây quỳnh cành dao.
145 Chàng Vương quen mặt ra chào,

Hai Kiều e lệ nép vào dưới hoa.

Nguyên người quanh quất đâu xa,

Họ Kim tên Trọng vốn nhà trâm anh.

Nền phú hậu bậc tài danh,

150 Văn chương nết đất thông minh tính trời.

Phong tư tài mạo tót vời,

Vào trong phong nhã ra ngoài hào hoa.

Chung quanh vẫn đất nước nhà,

Với Vương Quan trước vốn là đồng thân.

155   Trộm nghe thơm nức hương lân,

Một nền Đồng-tước khóa xuân hai Kiều.

Nước non cách mấy buồng thêu,

Những là trộm nhớ thầm yêu chốc mòng.

May thay giải cấu tương phùng,

160 Gặp tuần đố lá thỏa lòng tìm hoa.

Bóng hồng nhác thấy nhỏ xa,

Xuân lan thu cúc mặn mà cả hai.

Người quốc sắc kẻ thiên tài,

Tình trong như đã mặt ngoài còn e.

165   Chợp chờn cơn tỉnh cơn mê,

Rốn ngồi chẳng tiện dứt về chin khôn.

Bóng tà như giục cơn sầu,

Khách đà lên ngựa người còn ghé theo.

Dưới cầu nước chảy trong veo,

170 Bên cầu tơ liễu bóng chiều thướt tha.

*

*   *

Kiều từ trở gót trướng hoa,

Mặt trời gác núi chiêng đà thu không.

Gương nga chênh chếch dòm song,

Vàng gieo ngấn nước cây lồng bóng sân.

175   Hải đường lả ngọn đông lân,

Giọt sương gieo nặng cành xuân la đà.

Một mình lặng ngắm bóng nga,

Rộn đường gần với nỗi xa bời bời:

"Người mà đến thế thì thôi,

180 Đời phồn hoa cũng là đời bỏ đi!

Người đâu gặp gỡ làm chi?

Trăm năm biết có duyên gì hay không?"

Ngổn ngang trăm mối bên lòng,

Nên câu tuyệt diệu ngụ trong tính tình.

185 Chênh chênh bóng nguyệt xế mành,
  Tựa ngồi bên triện một mình thiu thiu.
   Thoắt đâu thấy một tiểu kiều,
  Có chiều phong vận có chiều thanh tân.
   Sương in mặt tuyết pha thân,
190 Sen vàng lãng đãng như gần như xa.
   Rước mừng đón hỏi dò la:
  "Đào nguyên lạc lối đâu mà đến đây?"
   Thưa rằng: "Thanh khí xưa nay,
  "Mới cùng nhau lúc ban ngày đã quên!
195 "Hàn gia ở mé tây thiên,
  Dưới dòng nước chảy bên trên có cầu.
   "Đã lòng hạ cố đến nhau,
  "Mấy lời hạ tứ ném châu gieo vàng.
   "Vâng trình hội chủ xem tường,
200 "Mà xem trong sổ đoạn trường có tên.
   "Âu đành quả kiếp nhân duyên,
  "Cũng người một hội một thuyền đâu xa!
   "Này mười bài mới mới ra,
  "Câu thần lại mượn bút hoa vẽ vời."
205 Kiều vâng lĩnh ý đề bài,
  Tay tiên một vẫy đủ mười khúc ngâm.
   Xem thơ nức nở khen thầm:
  "Giá đành tú khẩu cẩm tâm khác thường!
   "Ví đem vào tập Đoạn trường,
210 "Thì treo giải nhất chi nhường cho ai!"
   Thềm hoa khách đã trở hài
  Nàng còn cầm lại một hai tự tình.
   Gió đâu sịch bức mành mành,
  Tỉnh ra mới biết rằng mình chiêm bao.
215 Trông theo nào thấy đâu nào?
  Hương thừa dường hãy ra vào đâu đây.
   Một mình lưỡng lự canh chầy,
  Đường xa nghĩ nỗi sau này mà kinh:
   "Hoa trôi bèo giạt đã đành,
220 Biết duyên mình biết phận mình thế thôi!"
   Nỗi riêng lớp lớp sóng giồi,
  Nghĩ đòi cơn lại sụt sùi đòi cơn.
   Giọng Kiều rền rĩ trướng loan,
  Nhà huyên chợt tỉnh hỏi cơn cớ gì:
225 "Cớ sao trằn trọc canh khuya?

"Màu hoa lê hãy đầm đà giọt mưa."
　　Thưa rằng: "Chút phận ngây thơ,
"Dưỡng sinh đôi nợ tóc tơ chưa đền.
　　"Buổi ngày chơi mả Đạm Tiên,
230 "Nhắp đi thoắt thấy ứng liền chiêm bao.
　　"Đoạn trường là số thế nào,
"Bài ra thế ấy vịnh vào thế kia.
　　"Cứ trong mộng triệu mà suy,
"Phận con thôi có ra gì mai sau!"
235　Dạy rằng: "Mộng ảo cứ đâu,
"Bỗng không mua não chuốc sầu nghĩ nao."
　　Vâng lời khuyên giải thấp cao,
Chưa xong điều nghĩ đã dào mạch tương.
　　Ngoài song thỏ thẻ oanh vàng,
240　Nách tường bông liễu bay sang láng giềng.
　　Hiên tà gác bóng nghiêng nghiêng,
Nỗi riêng riêng chạnh tấc riêng một mình.
　　　　　　*
　　　　*　　*
　　Cho hay là giống hữu tình,
Đố ai gỡ mối tơ mành cho xong!
245　Chàng Kim từ lại thư song,
Nỗi nàng canh cánh bên lòng biếng khuây.
　　Sầu đong càng lắc càng đầy,
Ba thu dọn lại một ngày dài ghê.
　　Mây Tần khóa kín song the,
250　Bụi hồng dứt nẻo đi về chiêm bao.
　　Tuần trăng khuyết đĩa dầu hao,
Mặt mơ tưởng mặt lòng ngao ngán lòng.
　　Phòng văn hơi giá như đồng,
Trúc xe ngọn thỏ tơ chùng phím loan.
255　Mành Tương phất phất gió đàn,
Hương gây mùi nhớ trà khan giọng tình:
　　"Ví chăng duyên nợ ba sinh,
Làm chi đem thói khuynh thành trêu ngươi?"
　　Bâng khuâng nhớ cảnh nhớ người,
260　Nhớ nơi kỳ ngộ vội dời chân đi.
　　Một vùng cỏ mọc xanh rì,
Nước ngâm trong vắt thấy gì nữa đâu.
　　Gió chiều như giục cơn sầu,
Vi lô hiu hắt như màu khơi trêu.

265　　Nghề riêng nhớ ít tưởng nhiều,
　　　Xăm xăm đè nẻo Lam-kiều lần sang.
　　　　Thâm nghiêm kín cổng cao tường,
　　　Cạn dòng lá thắm dứt đường chim xanh.
　　　　Lơ thơ tơ liễu buông mành,
270　Con oanh học nói trên cành mỉa mai,
　　　　Mấy lần cửa đóng then cài,
　　　Đầy thềm hoa rụng thấy người ở đâu.
　　　　Tần ngần đứng suốt giờ lâu,
　　　Dạo quanh chợt thấy mái sau có nhà.
275　　Là nhà Ngô-Việt thương gia,
　　　Buồng không để đó người xa chưa về.
　　　　Lấy điều du học hỏi thuê,
　　　Túi đàn cặp sách đề huề dọn sang.
　　　　Có cây có đá sẵn sàng,
280　Có hiên Lãm-thúy nét vàng chưa phai.
　　　　Mừng thầm chốn ấy chữ bài:
　　　"Ba sinh âu hẳn duyên trời chi đây!"
　　　　Song hồ nửa khép cánh mây,
　　　Tường đông ghé mắt ngày ngày hằng trông.
285　　Tấc gang động khóa nguồn phong,
　　　Tuyệt mù nào thấy bóng hồng vào ra.

*

*　　*

　　　　Nhẫn từ quán khách lân la,
　　　Tuần trăng thấm thoắt nay đà thêm hai.
　　　　Cách tường phải buổi êm trời,
290　Dưới đào dường có bóng người thướt tha.
　　　　Buông cầm xóc áo vội ra,
　　　Hương còn thơm nức người đà vắng tanh.
　　　　Lần theo tường gấm dạo quanh,
　　　Trên đào nhác thấy một cành kim thoa.
295　　Giơ tay với lấy về nhà,
　　　"Này trong khuê các đâu mà đến đây?
　　　　Ngẫm âu người ấy báu này,
　　　Chẳng duyên chưa dễ vào tay ai cầm!"
　　　　Liền tay ngắm nghía biếng nằm,
300　Hãy còn thoang thoảng hương trầm chưa phai.
　　　　Tan sương đã thấy bóng người,
　　　Quanh tường ra ý tìm tòi ngẩn ngơ.
　　　　Sinh đà có ý đợi chờ,

Cách tường lên tiếng xa đưa ướm lòng:

305   "Thoa này bắt được hư không,

"Biết đâu Hợp-phố mà mong châu về?"

   Tiếng Kiều nghe lọt bên kia:

"Ơn lòng quân tử sá gì của rơi.

   "Chiếc thoa nào của mấy mươi,

310 "Mà lòng trọng nghĩa khinh tài xiết bao!"

   Sinh rằng: "Lân lý ra vào,

"Gần đây nào phải người nào xa xôi.

   "Được rầy nhờ chút thơm rơi,

"Kể đà thiểu não lòng người bấy nay.

315   "Bấy lâu mới được một ngày,

"Dừng chân gạn chút niềm tây gọi là."

   Vội về thêm lấy của nhà,

Xuyến vàng đôi chiếc khăn là một vuông.

   Thang mây dón bước ngọn tường,

320 Phải người hôm nọ rõ ràng chẳng nhe.

   Sượng sùng giữ ý rụt rè,

Kẻ nhìn rõ mặt người e cúi đầu.

   Rằng: "Từ ngẫu nhĩ gặp nhau,

"Thầm trông trộm nhớ bấy lâu đã chồn.

325   "Xương mai tính đã rũ mòn,

"Lần lừa ai biết hãy còn hôm nay.

   "Tháng tròn như gửi cung mây,

"Trần trần một phận ấp cây đã liều.

   "Tiện đây xin một hai điều,

330 "Đài gương soi đến dấu bèo cho chăng?"

   Ngần ngừ nàng mới thưa rằng:

"Thói nhà băng tuyết chất hằng phỉ phong,

   "Dù khi lá thắm chỉ hồng,

"Nên chăng thì cũng tại lòng mẹ cha.

335   "Nặng lòng xót liễu vì hoa,

"Trẻ thơ đã biết đâu mà dám thưa."

   Sinh rằng: "Rày gió mai mưa,

"Ngày xuân đã dễ tình cờ mấy khi,

   "Dù chăng xét tấm tình si,

340 "Thiệt đây mà có ích gì đến ai!

   "Chút chi gắn bó một hai,

"Cho đành rồi sẽ liệu bài mối manh.

   "Khuôn thiêng dù phụ tấc thành,

"Cũng liều bỏ quá xuân xanh một đời.

345 　　　"Lượng xuân dù quyết hẹp hòi,
　　　"Công đeo đuổi chẳng thiệt thòi lắm ru!"
　　　　Lặng nghe lời nói như ru,
　　　Chiều xuân dễ khiến nét thu ngại ngùng.
　　　　Rằng: "Trong buổi mới lạ lùng,
350 "Nể lòng có lẽ cầm lòng cho đang.
　　　　"Đã lòng quân tử đa mang,
　　　"Một lời vâng tạc đá vàng thủy chung!
　　　　Được lời như cởi tấm lòng,
　　　Giở kim thoa với khăn hồng trao tay.
355 　　　Rằng: "Trăm năm cũng từ đây,
　　　"Của tin gọi một chút này làm ghi."
　　　　Sẵn tay khăn gấm quạt quì,
　　　Với cành thoa ấy tức thì đổi trao.
　　　　Một lời gắn bó tấc giao,
360 Mé sau dường có xôn xao tiếng người.
　　　　Vội vàng lá rụng hoa rơi,
　　　Chàng về viện sách nàng dời lầu trang.
　　　　Từ phen đá biết tuổi vàng,
　　　Tình càng thấm thía dạ càng ngẩn ngơ.
365 　　　Sông Tương một dải nông sờ,
　　　Bên trông đầu nọ bên chờ cuối kia.
　　　　Một tường tuyết trở sương che,
　　　Tin xuân đâu dễ đi về cho năng.

　　　　　　　*
　　　　　　*　　*

　　　　Lần lần ngày gió đêm trăng,
370 Thưa hồng rậm lục đã chừng xuân qua.
　　　　Ngày vừa sinh nhật ngoại gia,
　　　Trên song đường dưới nữa là hai em.
　　　　Tưng bừng sắm sửa áo xiêm,
　　　Biện dâng một lễ xa đem tấc thành.
375 　　　Nhà lan thanh vắng một mình,
　　　Ngẫm cơ hội ngộ đã đành hôm nay.
　　　　Thời trân thức thức sẵn bày,
　　　Gót sen thoăn thoắt dạo ngay mé tường.
　　　　Cách hoa sẽ dặng tiếng vàng,
380 Dưới hoa đã thấy có chàng đứng trông:
　　　　"Trách lòng hờ hững với lòng,
　　　"Lửa hương chốc để lạnh lùng bấy lâu.
　　　　"Những là đắp nhớ đổi sầu,

"Tuyết sương nhuốm nửa mái đầu hoa râm."

385   Nàng rằng: "Gió bắt mưa cầm,

"Đã cam lệ với tri âm bấy chầy.

"Vắng nhà được buổi hôm nay,

"Lấy lòng gọi chút sang đây tạ lòng."

Lần theo núi giả đi vòng,

390   Cuối tường dường có nẻo thông mới rào.

Xắn tay mở khóa động đào,

Rẽ mây trông tỏ lối vào Thiên-thai.

Mặt nhìn mặt càng thêm tươi,

Bên lời vạn phúc bên lời hàn huyên.

395   Sánh vai về đến thư hiên,

Góp lời phong nguyệt nặng nguyền non sông.

Trên yên bút giá thi đồng,

Đạm thanh một bức tranh tùng treo trên.

Phong sương được vẻ thiên nhiên,

400   Mặn khen nét bút càng nhìn càng tươi.

Sinh rằng: "Phác họa vừa rồi,

"Phẩm đề xin một vài lời thêm hoa."

Tay tiên gió đáp mưa sa,

Khoảng trên dừng bút thảo và bốn câu.

405   Khen: "Tài nhả ngọc phun châu,

"Nàng Ban ả Tạ cũng đâu thế này."

"Kiếp tu xưa ví chưa dày,

"Phúc nào nhắc được giá này cho ngang."

Nàng rằng: "Trộm liếc dung quang,

410   "Chẳng sân Ngọc bội cũng phường Kim môn.

"Nghĩ mình phận mỏng cánh chuồn,

"Khuôn xanh biết có vuông tròn mà hay?

"Nhớ lời năm hãy thơ ngây,

"Có người tướng sĩ đoán ngay một lời:

415   "Anh hoa phát tiết ra ngoài,

"Nghìn thu bạc mệnh một đời tài hoa.

"Trông người lại ngẫm đến ta,

"Một dày một mỏng biết là có nên?"

Sinh rằng: "Giải cấu là duyên,

420   "Xưa nay nhân định thắng thiên cũng nhiều.

"Ví dù giải kết đến điều,

"Thì đem vàng đá mà liều với thân."

Đủ điều trung khúc ân cần,

Lòng xuân phơi phới chén xuân tàng tàng.

425   Ngày vui ngắn chẳng đầy gang,

Trông ra ác đã ngậm gương non đoài.

Vắng nhà chẳng tiện ngồi dai,

Giã chàng nàng mới kíp dời song sa.

Đến nhà vừa thấy tin nhà,

430 Hai thân còn dở tiệc hoa chưa về.

Cửa ngoài vội rủ rèm the,

Xăm xăm băng lối vườn khuya một mình.

Nhặt thưa gương giọi đầu cành,

Ngọn đèn trông lọt trướng huỳnh hắt hiu.

435   Sinh vừa tựa án thiu thiu,

Dở chiều như tỉnh dở chiều như mê.

Tiếng sen đã động giấc hòe

Bóng trăng đã xế hoa lê lại gần.

Bâng khuâng đỉnh Giáp non Thần,

440 Còn ngờ giấc mộng đêm xuân mơ màng.

Nàng rằng: "Khoảng vắng đêm trường,

"Vì hoa nên phải đánh đường tìm hoa.

"Bây giờ tỏ mặt đôi ta,

"Biết đâu rồi nữa chẳng là chiêm bao?"

445   Vội mừng làm lễ rước vào,

Đài sen nối sáp song đào thêm hương.

Tiên thề cùng thảo một chương,

Tóc mây một món dao vàng chia hai.

Vầng trăng vằng vặc giữa trời,

450 Đinh ninh hai mặt một lời song song.

Tóc tơ căn vặn tấc lòng,

Trăm năm tạc một chữ đồng đến xương.

Chén hà sánh giọng quỳnh tương,

Dải là hương lộn bình gương bóng lồng.

455   Sinh rằng: "Gió mát trăng trong,

"Bấy lâu nay một chút lòng chưa cam.

"Chày sương chưa nện cầu Lam,

"Sợ lần khân quá ra sàm sỡ chăng?"

Nàng rằng: "Hồng diệp xích thằng,

460 "Một lời cũng đã tiếng rằng tương tri.

"Đừng điều nguyệt nọ hoa kia,

"Ngoài ra ai lại tiếc gì với ai."

Rằng: "Nghe nổi tiếng cầm đài,

"Nước non luống những lắng tai Chung Kỳ."

465   Thưa rằng: "Tiện kỹ sá chi,

"Đã lòng dạy đến dạy thì phải vâng."
　　Hiên sau treo sẵn cầm trăng,
Vội vàng sinh đã tay nâng ngang mày.
　　Nàng rằng: "Nghề mọn riêng tay,
470 "Làm chi cho bận lòng này lắm thân!"
　　So dần dây vũ dây văn,
Bốn dây to nhỏ theo vần cung thương.
　　Khúc đâu Hán Sở chiến trường,
Nghe ra tiếng sắt tiếng vàng chen nhau.
475 　　Khúc đâu Tư-mã "Phượng cầu",
Nghe ra như oán như sầu phải chăng?
　　Kê Khang này khúc *Quảng-lăng*,
Một rằng lưu thủy hai rằng hành vân.
　　Quá quan này khúc *Chiêu Quân*,
480 Nửa phần luyến chúa nửa phần tư gia.
　　Trong như tiếng hạc bay qua,
Đục như tiếng suối mới sa nửa vời.
　　Tiếng khoan như gió thoảng ngoài,
Tiếng mau sầm sập như trời đổ mưa.
485 　　Ngọn đèn khi tỏ khi mờ,
Khiến người ngồi đó mà ngơ ngẩn sầu.
　　Khi tựa gối khi cúi đầu,
Khi vò chín khúc khi chau đôi mày.
　　Rằng: "Hay thì thật là hay,
490 "Nghe ra ngậm đắng nuốt cay thế nào.
　　"Lựa chi những khúc tiêu tao,
"Dột lòng mình cũng nao nao lòng người."
　　Rằng: "Quen mất nết đi rồi,
"Tẻ vui thôi cũng tính trời biết sao!
495 　　"Lời vàng vâng lĩnh ý cao,
"Họa dần dần bớt chút nào được không."
　　Hoa hương càng tỏ thức hồng,
Đầu mày cuối mắt càng nồng tấm yêu.
　　Sóng tình dường đã xiêu xiêu,
500 Xem trong âu yếm có chiều lả lơi.
　　Thưa rằng: "Đừng lấy làm chơi,
"Dẽ cho thưa hết một lời đã nao.
　　"Vẻ chi một đóa yêu đào,
"Vườn hồng chi dám ngăn rào chim xanh.
505 　　"Đã cho vào bậc bố kinh,
"Đạo tòng phu lấy chữ trinh làm đầu.

"Ra tuồng trên bộc trong dâu,

"Thì con người ấy ai cầu làm chi.

"Phải điều ăn xổi ở thì,

510 "Tiết trăm năm nỡ bỏ đi một ngày.

"Ngẫm duyên kỳ ngộ xưa nay,

"Lứa đôi ai lại đẹp tày Thôi,Trương.

"Mây mưa đánh đổ đá vàng,

"Quá chiều nên đã chán chường yến anh.

515 "Trong khi chắp cánh liền cành,

"Mà lòng rẻ rúng đã dành một bên.

"Mái tây để lạnh hương nguyền,

"Cho duyên đằm thắm ra duyên bẽ bàng.

"Gieo thoi trước chẳng giữ giàng,

520 "Để sau nên thẹn cùng chàng bởi ai.

"Vội chi ép liễu hoa nài,

"Còn thân ắt cũng đền bồi có khi."

Thấy lời đoan chính dễ nghe,

Chàng càng thêm nể thêm vì mười phân.

525 Bóng tàu vừa lạt vẻ ngân,

Tin đâu đã thấy cửa ngăn gọi vào.

Nàng thì vội trở buồng thêu,

Sinh thì dạo gót sân đào bước ra.

*
* *

Cửa sài vừa ngỏ then hoa,

530 Gia đồng vừa gửi thư nhà mới sang.

Đem tin thúc phụ từ đường,

Bơ vơ lữ thấn tha hương đề huề.

Liêu-dương cách trở sơn khê,

Xuân đường kíp gọi sinh về hộ tang.

535 Mảng tin xiết nỗi kinh hoàng,

Băng mình đến trước đài trang tự tình.

Gót đầu mọi nỗi đinh ninh,

Nỗi nhà tang tóc nỗi mình xa xôi:

"Sự đâu chưa kịp đôi hồi,

540 "Duyên đâu chưa kịp một lời trao tơ!

"Trăng thề còn đó trơ trơ,

"Dám xa xôi mặt mà thưa thớt lòng.

"Ngoài nghìn dặm chốc ba đông,

"Mối sầu khi gỡ cho xong còn chầy.

545 "Gìn vàng giữ ngọc cho hay,

"Cho đành lòng kẻ chân mây cuối trời!"
   Tai nghe ruột rối bời bời,
Ngập ngừng nàng mới giãi lời trước sau:
   "Ông tơ ghét bỏ chi nhau,
550 "Chưa vui sum họp đã sầu chia phôi.
   "Cùng nhau trót đã nặng lời,
"Dẫu thay mái tóc dám dời lòng tơ.
   "Quản bao tháng đợi năm chờ,
"Nghĩ người ăn gió nằm mưa xót thầm.
555   "Đã nguyền hai chữ đồng tâm,
"Trăm năm thề chẳng ôm cầm thuyền ai.
   "Còn non còn nước còn dài,
"Còn về còn nhớ đến người hôm nay."
   Dùng dằng chưa nỡ rời tay,
560 Vầng đông trông đã đứng ngay nóc nhà.
   Ngại ngùng một bước một xa,
Một lời trân trọng châu sa mấy hàng.
   Buộc yên quảy gánh vội vàng,
Mối sầu sẻ nửa bước đường chia hai.
565   Buồn trông phong cảnh quê người,
Đầu cành quyên nhặt cuối trời nhạn thưa.
   Não người cữ gió tuần mưa,
Một ngày nặng gánh tương tư một ngày.
   Nàng còn đứng tựa hiên tây,
570 Chín hồi vấn vít như vầy mối tơ.
   Trông chừng khói ngất song thưa,
Hoa trôi giặt thắm liễu xơ xác vàng.

                   *
              *   *

   Tần ngần dạo gót lầu trang,
Một đoàn mừng thọ ngoại hương mới về.
575   Hàn huyên chưa kịp dã dề,
Sai nha bỗng thấy bốn bề xôn xao.
   Người nách thước kẻ tay dao,
Đầu trâu mặt ngựa ào ào như sôi.
   Già giang một lão một trai,
580 Một dây vô loại buộc hai thâm tình.
   Đầy nhà vang tiếng ruồi xanh,
Rụng rời khung dệt tan tành gói mây.
   Đồ tế nhuyễn của riêng tây,
Sạch sành sanh vét cho đầy túi tham.

585   Điều đâu bay buộc ai làm?
      Này ai đan dập giật giàm bỗng dưng?
        Hỏi ra sau mới biết rằng:
      Phải tên xưng xuất tại thằng bán tơ.
        Một nhà hoảng hốt ngẩn ngơ,
590 Tiếng oan dậy đất án ngờ lòa mây.
        Hạ từ van lạy suốt ngày,
      Điếc tai lân tuốt phũ tay tồi tàn.
        Rường cao rút ngược dây oan,
      Dẫu là đá cũng nát gan lọ người!
595   Mặt trông đau đớn rụng rời,
      Oan này còn một kêu trời nhưng xa.
        Một ngày lạ thói sai nha,
      Làm cho khốc hại chẳng qua vì tiền.

*
*   *

        Sao cho cốt nhục vẹn tuyền,
600 Trong khi ngộ biến tòng quyền biết sao.
        "Duyên hội ngộ đức cù lao,
      Bên tình bên hiếu bên nào nặng hơn?
        Để lời thề hải minh sơn,
      Làm con trước phải đền ơn sinh thành."
605   Quyết tình nàng mới hạ tình:
      "Dẽ cho để thiếp bán mình chuộc cha!"
        Họ Chung có kẻ lại già,
      Cũng trong nha dịch lại là từ tâm.
        Thấy nàng hiếu nặng tình thâm,
610 Vì nàng nghĩ cũng thương thầm xót vay.
        Tính bài lót đó luồn đây,
      Có ba trăm lạng việc này mới xuôi.
        Hãy về tạm phó giam ngoài,
      Dặn nàng qui liệu trong đôi ba ngày.
615   Thương tình con trẻ thơ ngây,
      Gặp cơn vạ gió tai bay bất kỳ.
        Đau lòng tử biệt sinh ly,
      Thân còn chẳng tiếc tiếc gì đến duyên?
        Hạt mưa sá nghĩ phận hèn,
620 Liệu đem tấc cỏ quyết đền ba xuân.

*
*   *

        Sự lòng ngỏ với băng nhân,

Tin sương đồn đại xa gần xôn xao.

    Gần miền có một mụ nào,

Đưa người viễn khách tìm vào vấn danh.

625   Hỏi tên, rằng: "Mã Giám sinh,"

Hỏi quê, rằng: "Huyện Lâm-thanh cũng gần."

    Quá niên trạc ngoại tứ tuần,

Mày râu nhẵn nhụi áo quần bảnh bao.

    Trước thầy sau tớ lao xao,

630 Nhà băng đưa mối rước vào lầu trang.

    Ghế trên ngồi tót sỗ sàng,

Buồng trong mối đã giục nàng kíp ra.

    Nỗi mình thêm tức nỗi nhà,

Thềm hoa một bước lệ hoa mấy hàng.

635   Ngại ngùng rợn gió e sương,

Nhìn hoa bóng thẹn trông gương mặt dày.

    Mối càng vén tóc bắt tay,

Nét buồn như cúc điệu gầy như mai.

    Đắn đo cân sắc cân tài,

640 Ép cung cầm nguyệt thử bài quạt thơ.

    Mặn nồng một vẻ một ưa,

Bằng lòng khách mới tùy cơ dặt dìu.

    Rằng: "Mua ngọc đến Lam-kiều,

"Sính nghi xin dạy bao nhiêu cho tường?"

645   Mối rằng: "Giá đáng nghìn vàng,

"Rớp nhà nhờ lượng người thương dám nài."

    Cò kè bớt một thêm hai,

Giờ lâu ngã giá vàng ngoài bốn trăm.

    Một lời thuyền đã êm giầm,

650 Hãy đưa canh thiếp trước cầm làm ghi.

    Định ngày nạp thái vu quy,

Tiền lưng đã sẵn việc gì chẳng xong.

    Một lời cậy với Chung công,

Khất từ tạm lĩnh Vương ông về nhà.

*

* *

655   Thương tình con trẻ cha già,

Nhìn nàng ông những máu sa ruột rầu:

    "Nuôi con những ước về sau,

"Trao tơ phải lứa gieo cầu đáng nơi.

    "Trời làm chi cực bấy trời!

660 "Này ai vu thác cho người hợp tan.

"Búa dìu bao quản thân tàn,

"Nỡ đày đọa trẻ càng oan khốc già.

　"Một lần sau trước cũng là,

"Thôi thì mặt khuất chẳng thà lòng đau."

665　Theo lời càng chảy dòng châu,

Liều mình ông rắp gieo đầu tường vôi.

　Vội vàng kẻ giữ người coi,

Nhỏ to nàng lại tìm lời khuyên can:

　"Vẻ chi một mảnh hồng nhan,

670 "Tóc tơ chưa chút đền ơn sinh thành.

　"Dâng thơ đã thẹn nàng Oanh,

"Lại thua ả Lý bán mình hay sao?

　"Cội xuân tuổi hạc càng cao,

"Một cây gánh vác biết bao nhiêu cành.

675　"Lòng tơ dù chẳng dứt tình,

"Gió mưa âu hẳn tan tành nước non.

　"Thà rằng liều một thân con,

"Hoa dù rã cánh lá còn xanh cây.

　"Phận sao đành vậy cũng vầy,

680 "Cầm như chẳng đỗ những ngày còn xanh.

　"Cũng đừng tính quẩn lo quanh,

"Tan nhà là một thiệt mình là hai."

　Phải lời ông cũng êm tai,

Nhìn nhau giọt ngắn giọt dài ngổn ngang

685　Mé ngoài họ Mã vừa sang,

Tờ hoa đã ký cân vàng mới trao.

　Trăng già độc địa làm sao,

Cầm dây chẳng lựa buộc vào tự nhiên.

　Trong tay đã sẵn đồng tiền,

690　Dầu lòng đổi trắng thay đen khó gì.

　Họ Chung ra sức giúp vì,

Lễ tâm đã đặt tùng kỳ cũng xong.

*

*　*

　Việc nhà đã tạm thong dong,

Tinh kỳ giục giã đã mong độ về.

695　Một mình nàng ngọn đèn khuya,

Áo đầm giọt tủi tóc se mái sầu:

　"Phận dầu dầu vậy cũng dầu,

Xót lòng đeo đẳng bấy lâu một lời.

　Công trình kể biết mấy mươi,

700 Vì ta khăng khít cho người dở dang.

Thề hoa chưa ráo chén vàng,

Lỗi thề thôi đã phụ phàng với hoa!

Trời Liêu non nước bao xa,

Nghĩ đâu rẽ cửa chia nhà tự tôi.

705 Biết bao duyên nợ thề bồi,

Kiếp này thôi thế thì thôi còn gì!

Tái sinh chưa dứt hương thề,

Làm thân trâu ngựa đền nghì trúc mai.

Nợ tình chưa trả cho ai,

710 Khối tình mang xuống tuyền đài chưa tan."

Niềm riêng riêng những bàn hoàn,

Dầu chong trắng đĩa lệ tràn tấm khăn.

Thúy Vân chợt tỉnh giấc xuân,

Dưới đèn ghé đến ân cần hỏi han:

715 "Cơ trời dâu bể đa đoan,

"Một nhà để chị riêng oan một mình.

"Cớ chi ngồi nhẫn tàn canh?

"Nỗi riêng còn mắc mối tình chi đây?"

Rằng: "Lòng đương thổn thức đầy,

720 "Tơ duyên còn vướng mối này chưa xong.

"Hở môi ra cũng thẹn thùng,

"Để lòng thì phụ tấm lòng với ai!

"Cậy em em có chịu lời,

"Ngồi lên cho chị lạy rồi sẽ thưa.

725 "Giữa đườn đứt gánh tương tư,

"Giao loan chắp mối tơ thừa mặc em.

"Kể từ khi gặp chàng Kim,

"Khi ngày quạt ước khi đêm chén thề.

"Sự đâu sóng gió bất kỳ,

730 "Hiếu tình khôn dễ hai bề vẹn hai.

"Ngày xuân em hãy còn dài,

"Xót tình máu mủ thay lời nước non.

"Chị dù thịt nát xương tan,

"Ngậm cười chín suối hãy còn thơm lây.

735 "Chiếc thoa với bức tờ mây,

"Duyên này thì giữ vật này của chung.

"Dù em nên vợ nên chồng,

"Xót người mệnh bạc ắt lòng chẳng quên.

"Mất người còn chút của tin,

740 "Phím đàn với mảnh hương nguyền ngày xưa.

"Mai sau dù có bao giờ,
"Đốt lò hương ấy so tơ phím này,
"Trông ra ngọn cỏ lá cây,
"Thấy hiu hiu gió thì hay chị về.
745　　"Hồn còn mang nặng lời thề,
"Nát thân bồ liễu đền nghì trúc mai.
"Dạ đài cách mặt khuất lời,
"Rảy xin chén nước cho người thác oan.
"Bây giờ trâm gãy gương tan,
750　"Kể làm sao xiết muôn vàn ái ân.
"Trăm nghìn gửi lạy tình quân,
"Tơ duyên ngắn ngủi có ngần ấy thôi!
"Phận sao phận bạc như vôi,
"Đã đành nước chảy hoa trôi lỡ làng.
755　　"Ơi kim lang! Hỡi Kim lang!
"Thôi thôi thiếp đã phụ chàng từ đây!"
Cạn lời hồn ngất máu say,
Một hơi lặng ngắt đôi tay giá đồng.
Xuân huyên chợt tỉnh giấc nồng,
760　Một nhà tấp nập kẻ trong người ngoài.
Kẻ thang người thuốc bời bời,
Mới dầu cơn vựng chưa phai giọt hồng.
Hỏi sao ra sự lạ lùng,
Kiều càng nức nở nói không ra lời.
765　　Nỗi nàng Vân mới rỉ tai:
"Chiếc thoa này với tờ bồi ở đây!"
"Này cha làm lỗi duyên mày,
"Thôi thì việc ấy sau này đã em.
"Vì ai rụng cải rơi kim,
770　"Để con bèo nổi mây chìm vì ai?
"Lời con dặn lại một hai,
"Dẫu mòn bia đá dám sai tấc vàng."
Lạy thôi nàng lại rén chiềng:
"Nhờ cha trả được nghĩa chàng cho xuôi,
775　　"Sá chi thân phận tôi đòi,
"Dẫu rằng xương trắng quê người quản đâu!"

　　　　　　　*

　　　　*　*

Xiết bao kể nỗi thảm sầu,
Khắc canh đã giục nam lâu mấy hồi.
Kiệu hoa đâu đã đến ngoài,

780 Quản huyền đâu đã giục nrời sinh ly.

Đau lòng kẻ ở người đi,

Lệ rơi thấm đá tơ chia rũ tằm.

Trời hôm mây kéo tối rầm,

Dầu dầu ngọn cỏ đầm đầm cành sương.

785   Rước nàng về đến trú phường,

Bốn bề xuân khóa một nàng ở trong.

Ngập ngừng thẹn lục e hồng,

Nghĩ lòng lại xót xa lòng đòi phen:

"Phẩm tiên rơi đến tay hèn,

790 Hoài công nắng giữ mưa gìn với ai.

Biết thân đến bước lạc loài,

Nhị đào thà bẻ cho người tình chung.

Vì ai ngăn đón gió đông?

Thiệt lòng khi ở đau lòng khi đi.

795   Trùng phùng dù họa có khi,

Thân này thôi có ra gì mà mong.

Đã sinh ra số long đong,

Còn mang lấy kiếp má hồng được sao?"

Trên án sẵn có con dao,

800 Giấu cầm nàng đã gói vào chéo khăn:

"Phòng khi nước đã đến chân,

Dao này thì liệu với thân sau này!"

Đêm thu một khắc một chầy,

Bâng khuâng như tỉnh như say một mình.

*

* *

805   Chẳng ngờ gã Mã Giám sinh,

Vẫn là một đứa phong tình đã quen.

Quá chơi lại gặp hồi đen,

Quen mồi lại kiếm ăn miền nguyệt hoa.

Lầu xanh có mụ Tú bà,

810 Làng chơi đã trở về già hết duyên.

Tình cờ chẳng hẹn mà nên,

Mặt cưa mướp đắng đôi bên một phường.

Chung lưng mở một ngôi hàng,

Quanh năm buôn phấn bán hương đã lề.

815   Dạo tìm khắp chợ thì quê,

Giả danh hầu hạ dạy nghề ăn chơi.

Rủi may âu cũng sự trời,

Đoạn trường lại chọn mặt người vô duyên!

Xót nàng chút phận thuyền quyên,
820 Cành hoa đem bán vào thuyền lái buôn.
Mẹo lừa đã mắc vào khuôn,
Sính nghi rẻ giá nghinh hôn sẵn ngày.
Mừng thầm cờ đã đến tay,
Càng nhìn vẻ ngọc càng sai khúc vàng:
825 "Đã nên quốc sắc thiên hương,
Một cười này hẳn nghìn vàng chẳng ngoa.
Về đây nước trước bẻ hoa,
Vương tôn quý khách ắt là đua nhau.
Hẳn ba trăm lạng kém đâu,
830 Cũng là vừa vốn còn sau thì lời!"
Miếng ngon kề đến tận nơi,
Vốn nhà cũng tiếc của trời cũng tham:
"Đào tiên đã bén tay phàm,
Thì vin cành quít cho cam sự đời!
835 Dưới trần mấy mặt làng chơi,
Chơi hoa đã dễ mấy người biết hoa?
Nước vỏ lựu máu mào gà,
Mượn màu chiêu tập lại là còn nguyên.
Mập mờ đánh lận con đen,
840 Bao nhiêu cũng bấy nhiêu tiền mất chi.
Mụ già hoặc có điều gì,
Liều công mất một buổi quỳ mà thôi.
Vả đây đường xá xa xôi,
Mà ta bất động nữa người sinh nghi."
845 Tiếc thay một đóa trà mi,
Con ong đã tỏ đường đi lối về!
Một cơn mưa gió nặng nề,
Thương gì đến ngọc tiếc gì đến hương.
Đêm xuân một giấc mơ màng,
850 Đuốc hoa để đó mặc nàng nằm trơ.
Giọt riêng tầm tã tuôn mưa,
Phần căm nỗi khách phần dơ nỗi mình:
"Tuồng chi là giống hôi tanh,
Thân nghìn vàng để ô danh má hồng.
855 Thôi còn chi nữa mà mong,
Đời người thôi thế là xong một đời!"
Giận duyên tủi phận bời bời,
Cầm dao nàng đã toan bài quyên sinh.
Nghĩ đi nghĩ lại một mình:

860 "Một mình thì chớ hai tình thì sao?
Sau dù sinh sự thế nào,
Truy nguyên chẳng kẻo lụy vào song thân."
Nỗi mình âu cũng giãn dần:
"Kíp chầy thôi cũng một lần mà thôi!"
865 Những là đo đắn ngược xuôi,
Tiếng gà nghe đã gáy sôi mé tường.

*

* *

Lầu mai vừa rúc còi sương,
Mã sinh giục giã vội vàng ra đi.
Đoạn trường thay lúc phân kỳ,
870 Vó câu khấp khểnh bánh xe gập ghềnh.
Bề ngoài mười dặm trường đình,
Vương ông mở tiệc tiễn hành đưa theo.
Ngoài thì chủ khách dập dìu,
Một nhà huyên với một Kiều ở trong.
875 Nhìn càng lã chã giọt hồng,
Rỉ tai nàng mới giãi lòng thấp cao:
"Hổ sinh ra phận thơ đào,
"Công cha nghĩa mẹ kiếp nào trả xong?
"Lỡ làng nước đục bụi trong,
880 "Trăm năm để một tấm lòng từ đây.
"Xem gương trong bấy nhiêu ngày,
"Thân con chẳng kẻo mắc tay bợm già.
"Khi về bỏ vắng trong nhà,
"Khi vào dùng dắng khi ra vội vàng.
885 "Khi ăn khi nói lỡ làng,
"Khi thầy khi tớ xem thường xem khinh.
"Khác màu kẻ quý người thanh,
"Ngẫm ra cho kỹ như hình con buôn.
"Thôi con còn nói chi con,
890 "Sống nhờ đất khách thác chôn quê người!"
Vương bà nghe bấy nhiêu lời,
Tiếng oan đã muốn vạch trời kêu lên.
Vài tuần chưa cạn chén khuyên,
Mé ngoài nghỉ đã giục liền ruổi xe.
895 Xót con lòng nặng chề chề,
Trước yên ông đã nằn nì thấp cao:
"Chút thân yếu liễu thơ đào,
"Rớp nhà đến nỗi dấn vào tôi ngươi.

　　　　　　　"Từ đây góc bể bên trời,

900　"Nắng mưa thui thủi quê người một thân.

　　　　　　　"Nghìn tầm nhờ bóng tùng quân,

　　　　　　"Tuyết sương che chở cho thân cát đằng."

　　　　　Cạn lời khách mới thưa rằng:

　　　　"Buộc chân thôi cũng xích thằng nhiệm trao.

905　　"Mai sau dù có thế nào,

　　　　　"Kia gương nhật nguyệt nọ dao quỷ thần!"

　　　　　Đùng đùng gió giục mây vần,

　　　　Một xe trong cõi hồng trần như bay.

　　　　　Trông vời gạt lệ phân tay,

910　Góc trời thăm thẳm đêm ngày đăm đăm.

　　　　　Nàng thì cõi khách xa xăm,

　　　　Bạc phau cầu giá đen rầm ngàn mây.

　　　　　Vi lô san sát hơi mây,

　　　　Một trời thu để riêng ai một người.

915　　Dặm khuya ngất tạnh mù khơi,

　　　　Thấy trăng mà thẹn những lời non sông.

　　　　　Rừng thu tầng biếc xen hồng,

　　　　Nghe chim như nhắc tấm lòng thần hôn.

　　　　　　　　　　　*

　　　　　　　　　*　　*

　　　　　Những là lạ nước lạ non,

920　Lâm-truy vừa một tháng tròn tới nơi.

　　　　　Xe châu dừng bánh cửa ngoài,

　　　　Rèm trong đã thấy một người bước ra.

　　　　　Thoắt trông nhờn nhợt màu da,

　　　　Ăn chi cao lớn đẫy đà làm sao.

925　　Trước xe lơi lả han chào,

　　　　Vâng lời nàng mới bước vào tận nơi.

　　　　　Bên thì mấy ả mày ngài,

　　　　Bên thì ngồi bốn năm người làng chơi.

　　　　　Giữa thì hương án hẳn hoi,

930　Trên treo một tượng trắng đôi lông mày.

　　　　　Lầu xanh quen lối xưa nay,

　　　　Nghề này thì lấy ông này tiên sư.

　　　　　Hương hoa hôm sớm phụng thờ,

　　　　Cô nào xấu vía có thưa mối hàng,

935　　Cởi xiêm lột áo sỗ sàng,

　　　　Trước thần sẽ nguyện mảnh hương lầm rầm.

　　　　　Đổi hoa lót xuống chiếu nằm,

Bướm ong bay lại ầm ầm tứ vi.

Kiều còn ngơ ngẩn biết gì,

940 Cứ lời lạy xuống mụ thì khấn ngay:

"Cửa hàng mua bán cho may,

"Đêm đêm Hàn thực ngày ngày Nguyên tiêu.

"Muôn nghìn người thấy cũng yêu,

"Xôn xao anh yến dập dìu trúc mai.

945   "Tin nhạn vẩn lá thư bời,

"Đưa người cửa trước rước người cửa sau."

Lạ tai nghe chửa biết đâu,

Xem tình ra cũng những màu dở dang.

Lễ xong hương hỏa gia đường,

950 Tú bà vắt nóc lên giường ngồi ngay.

Dạy rằng: "Con lạy mẹ đây,

"Lạy rồi sang lạy cậu mày bên kia!"

Nàng rằng: "Phải bước lưu ly,

"Phận hèn vâng đã cam bề tiểu tinh.

955   "Điều đâu lấy yến làm anh,

"Ngây thơ chẳng biết là danh phận gì.

"Đủ điều nạp thái vu qui,

"Đã khi chung chạ lại khi đứng ngồi.

"Giờ ra thay bậc đổi ngôi,

960 "Dám xin gửi lại một lời cho minh."

Mụ nghe nàng nói hay tình,

Bấy giờ mới nổi tam bành mụ lên:

"Này này sự đã quả nhiên,

"Thôi đà cướp sống chồng min đi rồi!

965   "Bảo rằng đi dạo lấy người,

"Đem về rước khách kiếm lời mà ăn.

"Tuồng vô nghĩa ở bất nhân,

"Buồn mình trước đã tần ngần thử chơi.

"Màu hồ đã mất đi rồi,

970 "Thôi thôi vốn liếng đi đời nhà ma.

"Con kia đã bán cho ta,

"Nhập gia phải cứ phép nhà tao đây.

"Lão kia có giở bài bây,

"Chẳng văng vào mặt mà mày lại nghe!

975   "Cớ sao chịu tốt một bề?

"Gái tơ mà đã ngứa nghề sớm sao?

"Phải làm cho biết phép tao."

Giật bì tiên rắp sấn vào ra tay.

Nàng rằng: "Trời thẳm đất dày!

980 "Thân này đã bỏ những ngày ra đi.

"Thôi thì thôi có tiếc gì!"

Sẵn dao tay áo tức thì giở ra.

Sợ gan nát ngọc liễu hoa,

Mụ còn trông mặt nàng đà quá tay.

985 　Thương ôi tài sắc bậc này,

Một dao oan nghiệt đứt dây phong trần?

　　　　　*

　　　　*　*

Nỗi oan vỡ lỡ gần xa,

Trong nhà người chật một lần như nêm.

Nàng thì bằn bặt giấc tiên,

990 Mụ thì cầm cập mắt nhìn hồn bay.

Vực nàng vào chốn hiên tây,

Cắt người coi sóc rước thầy thuốc men.

Nào hay chưa hết trần duyên,

Trong mê dường đã đứng bên một nàng.

995 　Rỉ rằng: "Nhân quả dở dang,

"Đã toan trốn nợ đoạn trường được sao!

"Số còn nặng nghiệp má đào,

"Người dù muốn quyết trời nào đã cho?

"Hãy xin hết kiếp liễu bồ,

1000 "Sông Tiền-Đường sẽ hẹn hò về sau."

Thuốc thang suốt một ngày thâu,

Giấc mê nghe đã dầu dầu vừa tan.

Tú bà chực sẵn bên màn,

Lựa lời khuyên giải mơn man gỡ dần:

1005 　"Một người dễ có mấy thân,

"Hoa xuân đương nhụi ngày xuân còn dài.

"Cũng là lỡ một lầm hai,

"Đá vàng sao nỡ ép nài mưa mây.

"Lỡ chân trót đã vào đây,

1010 "Khóa buồng xuân để đợi ngày đào non.

"Người còn thì của hãy còn,

"Tìm nơi xứng đáng làm con cái nhà.

"Làm chi tội báo oan gia,

"Thiệt mình mà hại đến ta hay gì?"

1015 　Kề tai mấy lời nằn nì,

Nàng nghe đường cũng thị phi rạch ròi.

Vả trong thần mộng mấy lời,

Túc nhân âu cũng có trời ở trong.

Kiếp này nợ trả chưa xong,

1020 Làm chi thêm một nợ chồng kiếp sau!

Lặng nghe thấm thía gót đầu,

Thưa rằng: "Ai có muốn đâu thế này.

"Được như lời thế là may,

"Hẳn rằng mai có như rày cho chăng?

1025 "Sợ khi ong bướm đãi đằng,

"Đến điều sống đục thà bằng ở trong."

Mụ rằng: "Con hãy thong dong,

"Phải điều lòng lại dối lòng mà chơi.

"Mai sau ở chẳng như lời,

1030 "Trên đầu có bóng mặt trời rạng soi."

Thấy lời quyết đoán hẳn hoi,

Đành lòng nàng cũng sẽ nguôi nguôi dần.

*

* *

Trước lầu Ngưng Bích khóa xuân,

Vẻ non xa tấm trăng gần ở chung.

1035 Bốn bề bát ngát xa trông,

Cát vàng cồn nọ bụi hồng dặm kia.

Bẽ bàng mây sớm đèn khuya,

Nửa tình nửa cảnh như chia tấm lòng:

"Tưởng người dưới nguyệt chén đồng,

1040 Tin sương luống hãy rày trông mai chờ!

Bên trời góc bể bơ vơ,

Tấm son gột rửa bao giờ cho phai?

Xót người tựa cửa hôm mai,

Quạt nồng ấp lạnh những ai đó giờ?

1045 Sân lai cách mấy nắng mưa,

Có khi gốc tử đã vừa người ôm!"

Buồn trông cửa bể chiều hôm,

Thuyền ai thấp thoáng cánh buồm xa xa?

Buồn trông ngọn nước mới sa,

1050 Hoa trôi man mác biết là về đâu?

Buồn trông nội cỏ dầu dầu,

Chân mây mặt đất một màu xanh xanh.

Buồn trông gió cuốn mặt ghềnh,

Ầm ầm tiếng sóng kêu quanh ghế ngồi.

*

* *

1055   Chung quanh những nước non người,
     Đau lòng lưu lạc nên vài bốn câu.
       Ngậm ngùi rủ bức rèm châu,
     Cách tường nghe có tiếng đâu họa vần.
       Một chàng vừa trạc thanh xuân,
1060   Hình dung chải chuốt áo khăn dịu dàng.
       Nghĩ rằng cũng mạch thư hương,
     Hỏi ra mới biết rằng chàng Sở Khanh.
       Bóng nga thấp thoáng dưới mành,
     Trông nàng chàng cũng ra tình đeo đai:
1065   "Than ôi sắc nước hương trời,
     "Tiếc cho đâu bỗng lạc loài đến đây!
       "Giá đành trong nguyệt trên mây,
     "Hoa sao hoa khéo đọa đày bấy hoa!
       "Tức gan riêng giận trời già,
1070 "Lòng này ai tỏ cho ta hỡi lòng?
       "Thuyền quyên ví biết anh hùng,
     "Ra tay tháo cũi sổ lồng như chơi!"
       Song thu đã khép cánh ngoài,
     Tai còn đồng vọng mấy lời sắt đanh.
1075   Nghĩ người thôi lại nghĩ mình,
     Cảm lòng chua xót lạt tình bơ vơ.
       Những là lần lữa nắng mưa,
     Kiếp phong trần biết bao giờ mới thôi.
       Đánh liều nhắn một hai lời,
1080 Nhờ tay tế độ vớt người trầm luân.
       Mảnh tiên kể hết xa gần,
     Nỗi nhà báo đáp nỗi thân lạc loài.
       Tan sương vừa rạng ngày mai,
     Tiện hồng nàng mới nhắn lời gửi sang.
1085   Trời tây bảng lảng bóng vàng,
     Phục thư đã thấy tin chàng đến nơi.
       Mở xem một bức tiên mai,
     Rành rành"tích việt"có hai chữ đề.
       Lấy trong ý tứ mà suy:
1090 Ngày hai mươi mốt tuất thì phải chăng?
       Chim hôm thoi thót về rừng,
     Đóa trà mi đã ngậm gương nửa vành.
       Tường đông lay động bóng cành,
     Đẩy song đã thấy Sở Khanh lẻn vào.
1095   Sượng sùng đánh dạn ra chào,

Lạy thôi nàng mới rỉ trao ân cần.

Rằng: "Tôi bèo bọt chút thân,

"Lạc đàn mang lấy nợ nần yến anh.

"Dám nhờ cốt nhục tử sinh,

1100 "Còn nhiều kết cỏ ngậm vành về sau."

Lặng ngồi lẩm nhẩm gật đầu:

"Ta đây nào phải ai đâu mà rằng!

"Nàng đà biết đến ta chăng,

"Bể trầm luân lấp cho bằng mới thôi."

1105 Nàng rằng: "Muôn sự ơn người,

"Thế nào xin quyết một bài cho xong."

Rằng: "Ta có ngựa truy phong,

"Có tên dưới trướng vốn dòng kiện nhi.

"Thừa cơ lẻn bước ra đi,

1110 "Ba mươi sáu chước chước gì là hơn?

"Dù khi gió kép mưa đơn,

"Có ta đây cũng chẳng cơn cớ gì!"

Nghe lời nàng đã sinh nghi,

Song đà quá đỗi quản gì được thân.

1115 Cũng liều nhắm mắt đưa chân,

Mà xem con tạo xoay vần đến đâu.

*

*   *

Cùng nhau lẻn bước xuống lầu,

Song song ngựa trước ngựa sau một đoàn.

Đêm thâu khắc lậu canh tàn,

1120 Gió cây trút lá trăng ngàn ngậm gương.

Lối mòn cỏ lợt màu sương,

Lòng quê đi một bước đường một đau.

Tiếng gà xao xác gáy mau,

Tiếng người đâu đã mé sau dậy dàng.

1125 Nàng càng thổn thức gan vàng,

Sở Khanh đã rẽ dây cương lối nào!

Một mình khôn biết làm sao,

Dặm rừng bước thấp bước cao hãi hùng.

Hóa nhi thật có nỡ lòng,

1130 Làm chi giày tía vò hồng lắm nao!

Một đoàn đỗ đến trước sau,

Vuốt đâu xuống đất cánh đâu lên trời?

Tú bà tốc thẳng đến nơi,

Hăm hăm áp điệu một hơi lại nhà.

1135　　　Hung hăng chẳng hỏi chẳng tra,
　　　Đang tay vùi liễu dập hoa tơi bời.
　　　　Thịt da ai cũng là người,
　　　Lòng nào hồng rụng thắm rời chẳng đau
　　　　Hết lời thú phục khẩn cầu,
1140　Uốn lưng thịt đổ dập đầu máu sa.
　　　　Rằng: "Tôi chút phận đàn bà,
　　　"Nước non lìa cửa lìa nhà đến đây.
　　　　"Bây giờ sống thác ở tay,
　　　"Thân này đã đến thế này thì thôi.
1145　　"Nhưng tôi có sá chi tôi,
　　　"Phận tôi đành vậy vốn người ở đâu?
　　　　"Thân lươn bao quản lấm đầu,
　　　"Chút lòng trinh bạch từ sau xin chừa."
　　　　Được lời mụ mới tùy cơ,
1150　Bắt người bảo lĩnh làm tờ cung chiêu.
　　　　Bày vai có ả Mã Kiều,
　　　Xót nàng ra mới đánh liều chịu đoan.
　　　　Mụ càng kể nhặt kể khoan,
　　　Gạn gùng đến mực nồng nàn mới tha.

*
*　　*

1155　　　Vực nàng vào nghỉ trong nhà,
　　　Mã Kiều lại ngỏ ý ra dặn lời:
　　　　"Thôi đà mắc lận thì thôi,
　　　"Đi đâu chẳng biết con người Sở Khanh!
　　　　"Bạc tình nổi tiếng lầu xanh,
1160　"Một tay chôn biết mấy cành phù dung.
　　　　"Đà đao sắp sẵn chước dùng,
　　　"Lạ gì một cốt một đồng xưa nay.
　　　　"Có ba mươi lạng trao tay,
　　　"Không dưng chi có chuyện này trò kia.
1165　　"Rồi ra trở mặt tức thì,
　　　"Bớt lời liệu chớ sân si thiệt đời."
　　　　Nàng rằng: "Thề thốt nặng lời,
　　　"Có đâu mà lại rangười hiểm sâu!"
　　　　Còn đương suy trước nghĩ sau,
1170　Mặt mo đã thấy ở đâu dẫn vào.
　　　　Sở Khanh lên tiếng rêu rao:
　　　"Nọ nghe rằng có con nào ở đây,
　　　"Phao cho quyến gió rủ mây,

"Hãy xem có biết mặt này là ai?"
1175   Nàng rằng: "Thôi thế thì thôi,
"Rằng không thì cũng vâng lời rằng không!"
     Sở Khanh quát mắng đùng đùng,
Bước vào vừa rắp thị hùng ra tay.
     Nàng rằng: "Trời nhẽ có hay!
1180 "Quyến anh rủ yến sự này tại ai?
     "Đem người đẩy xuống giếng khơi,
"Nói rồi rồi lại ăn lời được ngay!
     "Còn tiên 'tích việt' ở đây,
"Rõ ràng mặt ấy mặt này chứ ai!"
1185   Lời ngay đông mặt trong ngoài,
Kẻ chê bất nghĩa người cười vô lương.
     Phụ tình án đã rõ ràng,
Dơ tuồng nghỉ mới kiếm đường tháo lui.
     Buồng riêng riêng những sụt sùi,
1190 Nghĩ thân mà lại ngậm ngùi cho thân.
     Tiếc thay trog giá trắng ngần,
Đến phog trần cũng phonng trần như ai.
     Tẻ vui cũng một kiếp người,
Hồng nhan phải giống ở đời mãi ru!
1195   Kiếp xưa đã vụng đường tu,
Kiếp này chẳng kẻo đền bù mới xuôi.
     Dẫu sao bình đã vỡ rồi,
Lấy thân mà trả nợ đời cho xong.

*
* *

     Vừa tuần nguyệt sáng gương trong,
1200 Tú bà ghé lại thong dong dặn dò:
     "Nghề chơi cũng lắm công phu,
"Làng chơi ta phải biết cho đủ điều."
     Nàng rằng: "Mưa gió dập dìu,
"Liều thân thì cũng phải liều thế thôi!"
1205   Mụ rằng: "Ai cũng như ai,
"Người ta ai mất tiền hoài đến đây?
     "Ở trong còn lắm điều hay:
"Nỗi đêm khép mở nỗi ngày riêng chung.
     "Này con thuộc lấy làm lòng,
1210 "Vành ngoài bảy chữ vành trong tám nghề.
     "Chơi cho liễu chán hoa chê,
"Cho lăn lóc đá cho mê mẩn đời.

"Khi khóe hạnh khi nét ngài,
"Khi ngâm ngợi nguyệt khi cười cợt hoa.
1215　　"Đều là nghề nghiệp trong nhà,
"Đủ ngần ấy nét mới là người soi."
Gót đầu vâng dạy mấy lời,
Dường chau nét nguyệt dường phai vẻ hồng.
Những nghe nói đã thẹn thùng,
1220　Nước đời lắm nỗi lạ lùng khắt khe:
"Xót mình cửa các buồng khuê,
Vỡ lòng học lấy những nghề nghiệp hay!
Khéo là mặt dạn mày dày,
Kiếp người đã đến thế này thì thôi!"
1225　　Thương thay thân phận lạc loài,
Dẫu sao cũng ở tay người biết sao?
Lầu xanh mới rủ trướng đào,
Càng treo giá ngọc càng cao phẩm người.
Biết bao bướm lả ong lơi,
1230　Cuộc say đầy tháng trận cười suốt đêm.
Dập dìu lá gió cành chim,
Sớm đưa Tống Ngọc tối tìm Tràng Khanh.
Khi tỉnh rượu lúc tàn canh,
Giật mình mình lại thương mình xót xa:
1235　　"Khi sao phong gấm rủ là?
Giờ sao tan tác như hoa giữa đường?
Mặt sao dày gió dạn sương?
Thân sao bướm chán ong chường bấy thân?"
Mặc người mưa Sở mây Tần,
1240　Những mình nào biết có xuân là gì!
Đòi phen gió tựa hoa kề,
Nửa rèm tuyết ngậm bốn bề trăng thâu.
Cảnh nào cảnh chẳng đeo sầu,
Người buồn cảnh có vui đâu bao giờ!
1245　　Đòi phen nét vẽ câu thơ,
Cung cầm trăng nguyệt nước cờ dưới hoa.
Vui là vui gượng kẻo mà,
Ai tri âm đó mặn mà với ai?
Thờ ơ gió trúc mưa mai,
1250　Ngẩn ngơ trăm nỗi dùi mài một thân.
Ôm lòng đòi đoạn xa gần,
Chẳng vò mà rối chẳng dần mà đau:
"Nhớ ơn chín chữ cao sâu,

Một ngày một ngả bóng dâu tà tà.

1255 Dặm nghìn nước thẳm non xa,

Nghĩ đâu thân phận con ra thế này!

Sân hòe đôi chút thơ ngây,

Trân cam ai kẻ đỡ thay việc mình?

Nhớ lời nguyện ước ba sinh,

1260 Xa xôi ai có thấu tình chăng ai?

Khi về hỏi liễu Chương-đài,

Cành xuân đã bẻ cho người chuyên tay!

Tình sâu mong trả nghĩa dày,

Hoa kia đã chắp cành này cho chưa?"

1265 Mối tình đòi đoạn vò tơ,

Giấc hương quan luống lần mơ canh dài.

Song sa vò võ phương trời,

Nay hoàng hôn đã lại mai hôn hoàng.

Lần lần thỏ bạc ác vàng,

1270 Xót người trong hội đoạn trường đòi cơn.

Đã cho lấy chữ hồng nhan,

Làm cho cho hại cho tàn cho cân.

Đã đày vào kiếp phong trần,

Sao cho sỉ nhục một lần mới thôi!

*

* *

1275 Khách du bỗng có một người,

Kỳ Tâm họ Thúc cũng nòi thư hương.

Vốn người huyện Tích châu Thường.

Theo nghiêm đường mở ngôi hàng Lâm-tri.

Hoa khôi mộ tiếng Kiều nhi,

1280 Thiếp hồng tìm đến hương khuê gửi vào.

Trướng tô giáp mặt hoa đào,

Vẻ nào chẳng mặn nét nào chẳng ưa.

Hải đường mơn mởn cành tơ,

Ngày xuân càng gió càng mưa càng nồng.

1285 Nguyệt hoa hoa nguyệt não nùng,

Đêm xuân ai dễ cầm lòng được chăng?

Lạ gì thanh khí lẽ hằng,

Một dây một buộc ai giằng cho ra?

Sớm đào tối mận lân la,

1290 Trước còn trăng gió sau ra đá vàng.

Dịp đâu may mắn lạ dường,

Lại vừa gặp khoảng xuân đường về quê.

Sinh càng một tỉnh mười mê,
Ngày xuân lắm lúc đi về với xuân.
1295　Khi gió gác khi trăng sân,
Bầu tiên chuốc rượu câu thần nối thơ.
Khi hương sớm khi trà trưa,
Bàn vây điểm nước đường tơ họa đàn.
Miệt mài trong cuộc trui hoan,
1300　Càng quen thuộc nết càng dan díu tình.
Lạ cho cái sóng khuynh thành,
Làm cho đổ quán xiêu đình như chơi.
Thúc sinh quen thói bốc rời,
Trăm nghìn đổ một trận cười như không.
1305　Mụ càng tô lục chuốt hồng,
Máu tham hễ thấy hơi đồng thì mê,
Dưới trăng quyên đã gọi hè,
Đầu tường lửa lựu lập lòe đâm bông.
Buồng the phải buổi thong dong,
1310 Thang lan rủ bức trướng hồng tắm hoa.
Rõ ràng trong ngọc thắng ngà,
Dầy dầy sẵn đúc một đòa thiên nhiên.
Sinh càng tỏ nét càng khen,
Ngụ tình tay thảo một thiên luật đường.
1315　Nàng rằng: "Vâng biết ý chàng,
"Lời lời châu ngọc hàng hàng gấm thêu.
"Hay hèn lẽ cũng nối điêu,
"Nỗi quê nghĩ một hai điều ngang ngang.
"Lòng còn gửi áng mây Hàng,
1320 "Họa vần xin hãy chịu chàng hôm nay."
Rằng: "Sao nói lạ lùng thay!
"Cành kia chẳng phải cội này mà ra?"
Nàng càng ủ dột thu ba,
Đoạn trường lúc ấy nghĩ mà buồn tênh:
1325　"Thiếp như hoa đã lìa cành,
"Chàng như con bướm lượn vành mà chơi.
"Chúa xuân đành đã có nơi,
"Ngắn ngày thôi chớ dài lời làm chi."
Sinh rằng: "Từ thuở tương tri,
1330 "Tấm riêng riêng những nặng vì nước non.
"Trăm năm tính cuộc vuông tròn,
"Phải dò cho đến ngọn nguồn lạch sông."
Nàng rằng: "Muôn đợi ơn lòng,

"Chút e bên thú bên tòng dễ đâu.
1335   "Bình khang nấn ná bấy lâu,
"Yêu hoa yêu được một màu điểm trang.
  "Rồi ra lạt phấn phai hương,
"Lòng kia giữ được thường thường mãi chăng?
  "Vả trong thềm quế cung trăng,
1340 "Chủ trương đành đã chị Hằng ở trong.
  Bấy lâu khăng khít dải đồng,
"Thêm người người cũng chia lòng riêng tây.
  "Vẻ chi chút phận bèo mây,
"Làm cho bể ái khi đầy khi vơi.
1345   "Trăm điều ngang ngửa vì tôi,
"Thân sau ai chịu tội trời ấy cho?
  "Như chàng có vững tay co,
"Mười phần cũng đắp điếm cho một vài.
  "Thế trong dù lớn hơn ngoài,
1350 "Trước hàm sư tử gửi người đằng la.
  "Cúi đầu luồn xuống mái nhà,
"Giấm chua lại tội bằng ba lửa nồng.
  "Ở trên còn có nhà thông,
"Lượng trên trông xuống biết lòng có thương?
1355   "Sá chi liễu ngõ hoa tường,
"Lầu xanh lại bỏ ra phường lầu xanh.
  "Lại càng dơ dáng dại hình,
"Đành thân phận thiếp ngại danh giá chàng.
  "Thương sao cho vẹn thì thương,
1360 "Tính sao cho trọn mọi đường thì vâng."
  Sinh rằng: "Hay nói đè chừng,
"Lòng này lòng đấy chưa từng hay sao?
  "Đường xa chớ ngại Ngô Lào,
"Trăm điều hãy cứ trông vào một ta.
1365   "Đã gần chi có điều xa,
"Đá vàng đã quyết phong ba cũng liều."
  Cùng nhau căn vặn đến điều,
Chỉ non thề bể nặng gieo đến lời.
  Nỉ non đêm ngắn tình dài,
1370 Ngoài hiên thỏ đã non đoài ngậm gương.
  Mượn điều trúc viện thừa lương,
Rước về hãy tạm giấu nàng một nơi.
  Chiến hòa sắp sẵn hai bài,
Cậy tay thầy thợ mượn người dò la.

1375   Bắn tin đến mặt Tú bà,

        Thừa cơ mụ cũng cầu hòa dám sao.

         Rõ ràng của dẫn tay trao,

      Hoàn lương một thiếp thân vào cửa công.

         Công tư đôi lẽ đều xong,

1380 Gót tiên phút đã thoát vòng trần ai.

         Một nhà xum họp trúc mai,

      Càng sâu nghĩa bể càng dài tình sông.

         Hương càng đượm lửa càng nồng,

      Càng xôi vẻ ngọc càng lồng mầu sen.

*
* *

1385   Nửa năm hơi tiếng vừa quen,

      Sân ngô cành bích đã chen lá vàng.

         Giậu thu vừa nảy giò sương,

      Cởi yên đã thấy xuân đường tới nơi.

         Phong lôi nổi trận bời bời,

1390 Nặng lòng e ấp tính bài phân chia.

         Quyết ngay biện bạch một bề,

      Dạy cho má phấn lại về lầu xanh.

         Thấy lời nghiêm huấn rành rành,

      Đánh liều sinh mới lấy tình nài kêu.

1395   Rằng: "Con biết tội đã nhiều,

      "Dẫu ràng sấm sét búa rìu cũng cam.

        "Trót vì tay đã dúng chàm,

      "Dại rồi còn biết khôn làm sao đây.

        "Cùng nhau vả tiếng một ngày,

1400 "Ôm cầm ai nỡ dứt dây cho đành.

        "Lượng trên quyết chẳng thương tình,

      "Bạc đen thôi có tiếc mình làm chi!"

        Thấy lời sắt đá tri tri,

      Sốt gan ông mới cáo quì cửa công.

1405   Đất bằng nổi sóng đùng đùng,

      Phủ đường sai lá phiếu hồng thôi tra.

        Cùng nhau theo gót sai nha,

      Song song vào trước sân hoa lại quì.

        Trông lên mặt sắt đen xì,

1410 Lập nghiêm trước đã ra uy nặng lời:

        "Gã kia dại nết chơi bời,

      "Mà con người ấy là người đong đưa.

        "Tuồng chi hoa thải hương thừa,

"Mượn mầu son phấn đánh lừa con đen.

1415   "Suy trong tình trạng bên nguyên,

"Bề nào thì cũng chưa yên bề nào.

"Phép công chiếu án luận vào,

"Có hai đường ấy muốn sao mặc mình:

"Một là cứ phép gia hình,

1420 "Hai là lại cứ lầu xanh phó về."

Nàng rằng: "Đã quyết một bề,

"Nhện này vương lấy tơ kia mấy lần?

"Đục trong thân cũng là thân,

"Yếu thơ vâng chịu trước sân lôi đình."

1425   Dạy rằng: "Cứ phép gia hình!"

Ba cây chập lại một cành mẫu đơn.

Phận đành chi dám kêu oan,

Đào hoen quẹn má liễu tan tác mày.

Một sân lầm cát đã đầy,

1430 Gương lờ nước thủy mai gầy vóc sương.

Nghĩ tình chàng Thúc mà thương,

Nẻo xa trông thấy lòng càng xót xa.

Khóc rằng: "Oan khốc vì ta,

"Có nghe lời trước chẳng đà lụy sau.

1435   "Cạn lòng chẳng biết nghĩ sâu,

"Để ai trăng tủi hoa sầu vì ai."

Phủ đường nghe thoảng vào tai,

Động lòng lại gạn đến lời riêng tây.

Sụt sùi chàng mới thưa ngay,

1440 Đầu đuôi kể lại sự ngày cầu thân:

"Nàng đà tính hết xa gần,

"Từ xưa nàng đã biết thân có rày.

"Tại tôi hứng lấy một tay,

"Để nàng cho đến nỗi này vì tôi!"

1445   Nghe lời nói cũng thương lời,

Dẹp uy mới dạy cho bài giải vi.

Rằng: "Như hẳn có thế thì,

"Trăng hoa song cũng thị phi biết điều."

Sinh rằng: "Chút phận bọt bèo,

1450 "Theo đòi vả cũng ít nhiều bút nghiên."

Cười rằng: "Đã thế thì nên,

"Mộc gia hãy thử một thiên trình nghề."

Nàng vâng cất bút tay đề,

Tiên hoa trình trước án phê xem tường.

1455   Khen rằng: "Giá đáng thịnh Đường,
          Tài này sắc ấy nghìn vàng chưa cân.
              "Thật là tài tử giai nhân,
          "Châu-Trần còn có Châu-Trần nào hơn.
              "Thôi đừng rước dữ cưu hờn
1460   "Làm chi lỡ dịp cho đàn ngang cung.
              "Đã đưa đến trước cửa công,
          "Ngoài thì là lý song trong là tình.
              "Dâu con trong đạo gia đình,
          "Thôi thì dẹp nỗi bất bình là xong!"
1465   Kíp truyền sắm sửa lễ công,
          Kiệu hoa cất gió đuốc hồng ruổi sao.
              Bày hàng cổ xúy xôn xao,
          Song song đưa tới trướng đào sánh đôi.
              Thương vì hạnh trọng vì tài,
1470   Thúc ông thôi cũng dẹp lời phong ba.
              Huệ lan sực nức một nhà,
          Từng cay đắng lại mặn mà hơn xưa.

                         *
                    *   *

              Mảng vui rượu sớm cờ trưa,
          Đào đà phai thắm sen vừa nảy xanh.
1475   Trướng hồ váng vẻ đêm thanh,
          E tình nàng mới bày tình riêng chung.
              "Phận bồ từ vẹn chữ tòng,
          "Đổi thay nhạn yến đã hòng đầy niên.
              "Tin nhà ngày một vắng tin,
1480   "Mặn tình cát lũy lạt tình tao khang.
              "Nghĩ ra thật cũng nên dường,
          "Tăm hơi ai kẻ giữ giàng cho ta?
              "Trộm nghe kẻ lớn trong nhà,
          "Ở trong khuôn phép nói ra mối giường.
1485   "E thay những dạ phi thường,
          "Dễ dò rốn bể khôn lường đáy sông.
              "Mà ta suốt một năm ròng,
          "Thế nào cũng chẳng giấu xong được nào.
              "Bấy chầy chưa tỏ tiêu hao,
1490   "Hoặc là trong có làm sao chăng là?
              "Xin chàng kíp liệu lại nhà,
          "Trước người đẹp ý sau ta biết tình.
              "Đêm ngày giữ mực giấu quanh,

"Rày lần mai lữa như hình chưa thông."
1495   Nghe lời khuyên nhủ thong dong,
Đành lòng sinh mới quyết lòng hồi trang.
Rạng ra gửi đến xuân đường,
Thúc ông cũng vội giục chàng ninh gia.
Tiễn đưa một chén quan hà,
1500 Xuân-đình thoắt đã đổi ra Cao-đình.
Sông Tần một dải xanh xanh,
Lơi thơi bờ liễu mấy cành Dương-quan.
Cầm tay dài ngắn thở than,
Chia phôi ngừng chén hợp tan nghẹn lời.
1505   Nàng rằng: "Non nước xa khơi,
"Sao cho trong ấm thì ngoài mới êm.
"Dễ lòa yếm thắm trôn kim,
"Làm chi bưng mắt bắt chim khó lòng.
"Đôi ta chút nghĩa đèo bòng,
1510 "Đến nhà trước liệu nói sòng cho minh.
"Dù khi sóng gió bất bình,
"Lớn ra uy lớn tôi đành phận tôi.
"Hơn điều giấu ngược giấu xuôi,
"Lại mang những việc tầy trời đến sau.
1515   "Thương nhau xin nhớ lời nhau,
"Năm chầy cũng chẳng đi đâu mà chầy.
"Chén đưa nhớ bữa hôm nay,
"Chén mừng xin đợi ngày rày năm sau."
Người lên ngựa kẻ chia bào,
1520 Rừng phong thu đã nhuốm mầu quan san.
Dặm hồng bụi cuốn chinh an,
Trông người đã khuất mấy ngàn dâu xanh.
Người về chiếc bóng năm canh,
Kẻ đi muôn dặm một mình xa xôi.
1525   Vầng trăng ai sẻ làm đôi,
Nửa in gối chiếc nửa soi dặm trường.

*
* *

Kể chi những nỗi dọc đường,
Buồng trong này nỗi chủ trương ở nhà.
Vốn dòng họ Hoạn danh gia,
1530 Con quan Lại bộ tên là Hoạn thư.
Duyên Đằng thuận nẻo gió đưa,
Cùng chàng kết tóc xe tơ những ngày.

Ở ăn thì nết cũng hay,
Nói điều ràng buộc thì tay cũng già.
1535   Từ nghe vườn mới thêm hoa,
Miệng người đã lắm tin nhà thì không.
    Lửa tâm càng dập càng nồng,
Giận người đen bạc ra lòng trăng hoa:
    "Ví bằng thú thật cùng ta,
1540 Cũng dung kẻ dưới mới là lượng trên.
    Dại chi chẳng giữ lấy nền,
Tốt chi mà rước tiếng ghen vào mình.
    Lại còn bưng bít giấu quanh,
Làm chi những thói trẻ ranh nực cười.
1545   Tính rằng cách mặt khuất lời,
Giấu ta ta cũng liệu bài giấu cho.
    Lo gì việc ấy mà lo,
Kiến trong miệng chén có bò đi đâu.
    Làm cho nhìn chẳng được nhau,
1550 Làm cho đầy đọa cất đầu chẳng lên.
    Làm cho trông thấy nhãn tiền,
Cho người thăm ván bán thuyền biết tay!"
    Nỗi lòng kín chẳng ai hay,
Ngoài tai để mặc gió bay mái ngoài.
1555   Tuần sau bỗng thấy hai người,
Mách tin ý cũng liệu bài tâng công.
    Tiểu thư nổi giận đùng đùng:
"Gớm tay thêu dệt ra lòng trêu ngươi.
    "Chồng tao nào phải như ai,
1560 "Điều này hẳn miệng những người thị phi!"
    Vội vàng xuống lệnh ra uy,
Đứa thì vả miệng đứa thì bẻ răng.
    Trong ngoài kín mít như bưng,
Nào ai còn dám nói năng một lời.
1565   Buồng đào khuya sớm thảnh thơi,
Ra vào một mực nói cười như không.
    Đêm ngày lòng những giận lòng,
Sinh đà về đến lầu hồng xuống yên.
    Lời tan hợp nỗi hàn huyên,
1570 Chữ tình càng mặn chữ duyên càng nồng.
    Tẩy trần vui chén thong dong,
Nỗi lòng ai ở trong lòng mà ra.
    Chàng về xem ý tứ nhà,

       Sự mình cũng rắp lân la giãi bày.

1575   Mấy phen cười nói tỉnh say,

       Tóc tơ bất động mảy may sự tình.

       Nghĩ: "Đã bưng kín miệng bình,

       Nào ai có khảo mà mình lại xưng?"

       Những là e ấp dùng dằng,

1580   Rút dây sợ nữa động rừng lại thôi.

       Có khi vui miệng mua cười,

       Tiểu thư lại giở những lời đâu đâu.

       Rằng: "Trong cuộc đá vàng thau,

       "Mười phần ta đã tin nhau cả mười.

1585   "Khen cho những miệng dông dài,

       "Bướm ong lại đặt những lời nọ kia.

       "Thiếp dù vụng chẳng hay suy,

       "Đã dơ bụng nghĩ lại bia miệng cười."

       Thấy lời thủng thỉnh như chơi,

1590   Thuận lời chàng đã nói xuôi đỡ đòn.

       Những là cười phấn cợt sen,

       Đêm khuya chung bóng trăng tròn sánh vai.

       Thú quê thuần vược bén mùi,

       Giếng vàng đã rụng một vài lá ngô.

1595   Chạnh niềm nhớ cảnh giang hồ,

       Một màu quan tái bốn mùa gió trăng.

       Tình riêng chưa dám rỉ răng,

       Tiểu thư trước đã liệu chừng nhủ qua:

       "Cách năm mây bạc xa xa,

1600   "Lâm Tri chàng phải liệu mà thần hôn"

       Được lời như cởi tấc son,

       Vó câu thẳng ruổi nước non quê người.

       Long lanh đáy nước in trời,

       Thành xây khói biếc non phơi bóng vàng.

*
*   *

1605   Roi câu vừa gióng dặm trường,

       Xe hương nàng cũng thuận đường qui ninh.

       Thưa nhà huyên hết mọi tình,

       Nỗi chàng ở bạc nỗi mình chịu đen.

       "Nghĩ rằng ngứa ghẻ hờn ghen,

1610   "Xấu chàng mà có ai khen chi mình.

       "Vậy nên ngảnh mặt làm thinh,

       "Mưu cao vốn đã rắp ranh những ngày.

"Lâm Tri đường bộ tháng chầy,

"Mà đường hải đạo sang ngay thì gần.

1615   "Dọn thuyền lựa mặt gia nhân,

"Hãy đem dây xích buộc chân nàng về.

"Làm cho cho mệt cho mê,

"Làm cho đau đớn ê chề cho coi.

"Trước cho bõ ghét những người,

1620 "Sau cho để một trò cười về sau."

Phu nhân khen chước rất mầu,

Chiều con mới dạy mặc dầu ra tay.

Sửa sang buồm gió lèo mây,

Khuyển Ưng lại lựa một bầy côn quang.

1625   Dặn dò hết các mọi đường,

Thuận phong một lá vượt sang biển Tề.

*

    *   *

Nàng từ chiếc bóng song the,

Đường kia nỗi nọ như chia mối sầu:

"Bóng dâu đã xế ngang đầu,

1630 Biết đâu ấm lạnh biết đâu ngọt bùi?

Tóc thề đã chấm ngang vai,

Nào lời non nước nào lời sắt son.

Sắn bìm chút phận con con,

Khuôn duyên biết có vuông tròn cho chăng?

1635   Thân sao lắm nỗi bất bằng,

Liều như cung Quảng ả Hằng nghĩ sao!"

Đêm thu gió lọt song đào,

Nửa vành trăng khuyết ba sao giữa trời.

Nén hương đến trước Phật đài,

1640 Nỗi lòng khấn chửa cạn lời vân vân.

Dưới hoa dậy lũ ác nhân,

Ầm ầm khốc quỉ kinh thần mọc ra.

Đầy sân gươm tuốt sáng lòa,

Thất kinh nàng chửa biết là làm sao.

1645   Thuốc mê đâu đã tưới vào,

Mơ màng như giấc chiêm bao biết gì.

Vực ngay lên ngựa tức thì,

Buồng đào viện sách bốn bề lửa dong.

Sẵn thây vô chủ ven sông,

1650 Đem vào để đó lộn sòng ai hay?

Tôi đòi phách lạc hồn bay,

Pha càn bụi cỏ gốc cây ẩn mình.

Thúc ông nhà cũng gần quanh,

Chợt trông ngọn lửa thất kinh rụng rời.

1655 Tớ thầy chạy thẳng đến nơi,

Tơi bời tưới lửa tìm người lao xao.

Gió cao ngọn lửa càng cao,

Tôi đòi tìm đủ nàng nào thấy đâu.

Hớt hơ hớt hải nhìn nhau,

1660 Giếng sâu bụi rậm trước sau tìm quàng.

Chạy vào chốn cũ phòng hương,

Trong tro thấy một đống xương cháy tàn.

Ngay tình ai biết mưu gian,

Hẳn nàng thôi lại còn bàn rằng ai.

1665 Thúc ông sùi sụt ngắn dài,

Nghĩ con vắng vẻ thương người nết na.

Di hài nhặt gói về nhà,

Nào là khâm liệm nào là tang trai.

Lễ thường đã đủ một hai,

1670 Lục trình chàng cũng đến nơi bấy giờ.

Bước vào chốn cũ lầu thơ,

Tro than một đống nắng mưa bốn tường,

Sang nhà cha tới trung đường,

Linh sàng bài vị thờ nàng ở trên.

1675 Hỡi ơi nói hết sự duyên,

Tơ tình đứt ruột lửa phiền cháy gan.

Gieo mình vật vã khóc than:

"Con người thế ấy thác oan thế này!

"Chắc rằng mai trúc lại vầy,

1680 "Ai hay vĩnh quyệt là ngày đưa nhau."

Thương càng nghĩ nghĩ càng đau,

Dễ ai rấp thảm quạt sầu cho khuây.

Gần miền nghe có một thầy,

Phi phù trí quỉ cao tay thông huyền.

1685 Trên tam đảo dưới cửu tuyền,

Tìm đâu thì cũng biết tin rõ ràng.

Sắm sanh lễ vật rước sang,

Xin tìm cho thấy mặt nàng hỏi han.

Đạo nhân phục trước tĩnh đàn,

1690 Xuất thần giây phút chưa tàn nén hương.

Trở về minh bạch nói tường:

"Mặt nàng chẳng thấy việc nàng đã tra.

"Người này nặng nghiệp oan gia,
"Còn nhiều nợ lắm sao đã thác cho?
1695   "Mệnh cung đang mắc nạn to,
"Một năm nữa mới thăm dò được tin.
"Hai bên giáp mặt chiền chiền,
"Muốn nhìn mà chẳng dám nhìn lạ thay!"
Nghe lời nói lạ dường này,
1700   Sự nàng đã thế lời thầy dám tin.
Chẳng qua đồng cốt quàng xiên,
Người đâu mà lại thấy trên cõi trần.
Tiếc hoa những ngậm ngùi xuân,
Thân này dễ lại mấy lần gặp tiên?

*

*   *

1705   Nước trôi hoa rụng đã yên,
Hay đâu địa ngục ở miền nhân gian.
Khuyển Ưng đã đắt mưu gian,
Vực nàng đưa xuống để an dưới thuyền.
Buồm cao lèo thẳng cánh suyền,
1710   Đè chừng huyện Tích băng miền vượt sang.
Giã đò lên trước sảnh đường,
Khuyển Ưng hai đứa nộp nàng dâng công.
Vực nàng tạm xuống môn phòng,
Hãy còn thiêm thiếp giấc nồng chưa phai.
1715   Hoàng lương chợt tỉnh hồn mai,
Cửa nhà đâu mất lâu đài nào đây?
Bàng hoàng dở tỉnh dở say,
Sảnh đường mảng tiếng đòi ngay lên hầu.
A hoàn trên dưới giục mau.
1720   Hãi hùng nàng mới theo sau một người.
Ngước trông tòa rộng dãy dài,
"Thiên quan trủng tể"có bài treo trên.
Ban ngày sáp tháp hai bên,
Giữa đường thất bảo ngồi trên một bà.
1725   Gạn gùng ngọn hỏi ngành tra,
Sự mình nàng phải cứ mà gửi thưa.
Bất tình nổi trận mây mưa,
Mắng rằng: "Những giống bơ thờ quen thân!
"Con này chẳng phải thiện nhân,
1730   "Chẳng phường trốn chúa thì quân lộn chồng.
"Ra đồng mèo mả gà đồng,

"Ra tuồng lúng túng chẳng xong bề nào.

    "Đã đem mình bán cửa tao,

"Lại còn khủng khỉnh làm cao thế này.

1735   "Nào là gia pháp nọ bay,

"Hãy cho ba chục biết tay một lần."

    A hoàn trên dưới dạ ran,

Dẫu rằng trăm miệng khôn phân lẽ nào.

    Trúc côn ra sức đập vào,

1740 Thịt nào chẳng nát gan nào chẳng kinh.

    Xót thay đào lý một cành,

Một phen mưa gió tan tành một phen.

    Hoa nô truyền dạy đổi tên,

Buồng the dạy ép vào phiên thị tỳ.

1745   Ra vào theo lũ thanh y,

Dãi dầu tóc rối da chì quản bao.

    Quản gia có một mụ nào,

Thấy người thấy nết ra vào mà thương.

    Khi chè chén khi thuốc thang,

1750 Đem lời phương tiện mở đường hiếu sinh.

    Dạy rằng: "May rủi đã đành,

"Liễu bồ mình giữ lấy mình cho hay.

    "Cũng là oan nghiệp chi đây,

"Sa cơ mới đến thế này chẳng dưng.

1755   "Ở đây tai vách mạch rừng,

"Thấy ai người cũ cũng đừng nhìn chi.

    "Kẻo khi sấm sét bất kỳ,

"Con ong cái kiến kêu gì được oan."

    Nàng càng giọt ngọc như chan,

1760 Nỗi lòng luống những bàn hoàn riêng tây:

    "Phong trần kiếp chịu đã đầy,

Lầm than lại có thứ này bằng hai.

    Phận sao bạc chẳng vừa thôi,

Khăng khăng buộc mãi lấy người hồng nhan.

1765   Đã đành túc trái tiền oan,

Cũng liều ngọc nát hoa tàn mà chi!"

    Những là nương náu qua thì,

Tiểu thư phải buổi mới về ninh gia.

    Mẹ con trò chuyện lân la,

1770 Phu nhân mới gọi nàng ra dạy lời:

    "Tiểu thư dưới trướng thiếu người,

"Cho về bên ấy theo đòi lầu trang!"

Lĩnh lời nàng mới theo sang,

Biết đâu địa ngục thiên đường là đâu.

1775　Sớm khuya khăn mặt lược đầu,

Phận con hầu giữ con hầu dám sai.

Phải đêm êm ả chiều trời,

Trúc tơ hỏi đến nghề chơi mọi ngày

Lĩnh lời nàng mới lựa dây,

1780　Nỉ non thánh thót dễ say lòng người.

Tiểu thư xem cũng thương tài,

Khuôn uy dường cũng bớt vài bốn phân.

Cửa người đày đọa chút thân,

Sớm ngơ ngẩn bóng đêm năn nỉ lòng.

1785　"Lâm Tri chút nghĩa đèo bòng,

Nước bèo để chữ tương phùng kiếp sau!"

Bốn phương mây trắng một màu,

Trông vời cố quốc biết đâu là nhà.

Lần lần tháng lọn ngày qua,

1790　Nỗi gần nào biết đường xa thế này.

Lâm Tri từ thuở uyên bay,

Buồng không thương kẻ tháng ngày chiếc thân.

Mày ai trăng mới in ngần,

Phấn thừa hương cũ bội phần xót xa.

1795　Sen tàn cúc lại nở hoa,

Sầu dài ngày ngắn đông đà sang xuân.

Tìm đâu cho thấy cố nhân?

Lấy câu vận mệnh khuây dần nhớ thương.

Chạnh niềm nhớ cảnh gia hương,

1800　Nhớ quê chàng lại tìm đường thăm quê.

Tiểu thư đón cửa dã dề,

Hàn huyên vừa cạn mọi bề gần xa.

Nhà hương cao cuốn bức là,

Buồng trong truyền gọi nàng ra lạy mừng.

1805　Bước ra một bước một dừng,

Trông xa nàng đã tỏ chừng nẻo xa:

"Phải rằng nắng quáng đèn lòa,

Rõ ràng ngồi đó chẳng là Thúc sinh?

Bây giờ tình mới tỏ tình,

1810　Thôi thôi đã mắc vào vành chẳng sai.

Chước đâu có chước lạ đời?

Người đâu mà lại có người tinh ma!

Rõ ràng thật lứa đôi ta,

Làm cho con ở chúa nhà đôi nơi.

1815   Bề ngoài thơn thớt nói cười,
Mà trong nham hiểm giết người không dao.

Bây giờ đất thấp trời cao,
Ăn làm sao nói làm sao bây giờ?"

Càng trông mặt càng ngẩn ngơ,
1820   Ruột tằm đòi đoạn như tơ rối bời.

Sợ uy dám chẳng vâng lời,
Cúi đầu nép xuống sân mai một chiều.

Sinh đà phách lạc hồn xiêu:
"Thương ôi chẳng phải nàng Kiều ở đây?

1825   Nhân làm sao đến thế này?
Thôi thôi đã mắc vào tay ai rồi!"

Sợ quen dám hở ra lời,
Khôn ngăn giọt ngọc sụt sùi nhỏ sa.

Tiểu thư trông mặt hỏi tra:
1830   "Mới về có việc chi mà động dung?"

Sinh rằng: "Hiếu phục vừa xong,
"Suy lòng trắc Dĩ đau lòng chung thiên."

Khen rằng: "Hiếu tử đã nên,
"Tẩy trần mượn chén giải phiền đêm thu."

1835   Vợ chồng chén tạc chén thù,
Bắt nàng đứng trực trì hồ hai nơi.

Bắt khoan bắt nhặt đến lời,
Bắt quỳ tận mặt bắt mời tận tay.

Sinh càng như dại như ngây,
1840   Giọt dài giọt ngắn chén đầy chén vơi.

Ngảnh đi chợt nói chợt cười,
Cáo say chàng đã tính bài lảng ra.

Tiểu thư vội thét: "Con Hoa!
"Khuyên chàng chẳng cạn thì ta có đòn!"

1845   Sinh càng nát ruột tan hồn,
Chén mời phải ngậm bồ hòn ráo ngay.

Tiểu thư cười nói tỉnh say,
Chưa xong cuộc rượu lại bày trò chơi.

Rằng: "Hoa nô đủ mọi tài,
1850   "Bản đàn thử dạo một bài chàng nghe!"

Nàng đà choáng váng tê mê,
Vâng lời ra trước bình the vặn đàn.

Bốn dây như khóc như than,
Khiến người trên tiệc cũng tan nát lòng.

1855　　Cùng trong một tiếng tơ đồng,
　　　　Người ngoài cười nụ người trong khóc thầm.
　　　　　Giọt châu lã chã khôn cầm,
　　　　Cúi đầu chàng những gạt thầm giọt tương.
　　　　　Tiểu thư lại thét lấy nàng:
1860　"Cuộc vui gảy khúc đoạn trường ấy chi?
　　　　　"Sao chẳng biết ý tứ gì?
　　　　"Cho chàng buồn bã tội thì tại ngươi!"
　　　　　Sinh càng thảm thiết bồi hồi,
　　　　Vội vàng gượng nói gượng cười cho qua.
1865　　Giọt rồng canh đã điểm ba,
　　　　Tiểu thư nhìn mặt dường đã cam tâm.
　　　　　Lòng riêng khấp khởi mừng thầm:
　　　　"Vui này đã bõ đau ngầm xưa nay!"
　　　　　Sinh thì gan héo ruột đầy,
1870　Nỗi lòng càng nghĩ càng cay đắng lòng.
　　　　　Người vào chung gối loan phòng,
　　　　Nàng ra tựa bóng đèn chong canh dài:
　　　　　"Bây giờ mới rõ tăm hơi,
　　　　Máu ghen đâu có lạ đời nhà ghen!
1875　　Chước đâu rẽ thúy chia uyên,
　　　　Đã ra dường ấy ai nhìn được ai?
　　　　　Bây giờ một vực một trời,
　　　　Hết điều khinh trọng hết lời thị phi!
　　　　　Nhẹ như bấc nặng như chì,
1880　Gỡ cho ra nữa còn gì là duyên!
　　　　　Lỡ làng chút phận thuyền quyên,
　　　　Bể sâu sóng cả có tuyền được vay?"
　　　　　Một mình âm ỷ đêm chầy,
　　　　Đĩa dầu vơi nước mắt đầy năm canh.
1885　　Sớm khuya hầu hạ đài doanh,
　　　　Tiểu thư chạm mặt đè tình hỏi tra.
　　　　　Lựa lời nàng mới thưa qua:
　　　　"Phải khi mình lại xót xa nỗi mình."
　　　　　Tiểu thư hỏi lại Thúc sinh:
1890　"Cậy chàng tra lấy thực tình cho nao!"
　　　　　Sinh đà nát ruột như bào,
　　　　Nói ra chẳng tiện trông vào chẳng đang.
　　　　　Những e lại lụy đến nàng,
　　　　Đánh liều mới sẽ lựa đường hỏi tra.
1895　　Cúi đầu quỳ trước sân hoa,

Thân cung nàng mới dâng qua một tờ.

Diện tiền trình với tiểu thư,

Thoắt xem dường có ngẩn ngơ chút tình.

Liền tay trao lại Thúc sinh,

1900 Rằng: "Tài nên trọng mà tình nên thương.

"Ví chăng có số giàu sang,

"Giá này dẫu đúc nhà vàng cũng nên.

"Bể trần chìm nổi thuyền quyên,

"Hữu tài thương nỗi vô duyên lạ đời!"

1905   Sinh rằng: "Thật có như lời,

"Hồng nhan bạc mệnh một người nào vay!

"Nghìn xưa âu cũng thế này,

"Từ bi âu liệu bớt tay mới vừa."

Tiểu thư rằng: "Ý trong tờ,

1910 "Rắp đem mệnh bạc xin nhờ cửa không,

"Thôi thì thôi cũng chiều lòng,

"Cũng cho khỏi lụy trong vòng bước ra.

"Sẵn Quan âm các vườn ta,

"Có cây trăm thước có hoa bốn mùa.

1915   "Có cổ thụ có sơn hồ,

"Cho nàng ra đó giữ chùa chép kinh."

Tưng tưng trời mới bình minh,

Hương hoa ngũ cúng sắm sanh lễ thường.

Đưa nàng đến trước phật đường,

1920 Tam qui ngũ giới cho nàng xuất gia.

Áo xanh đổi lấy cà sa,

Pháp danh lại đổi tên ra Trạc Tuyền.

Sớm khuya tính đủ dầu đèn,

Xuân Thu cắt sẵn hai tên hương trà.

*
* *

1925   Nàng từ lánh gót vườn hoa,

Dường gần rừng tía dường xa bụi hồng.

Nhân duyên đâu lại còn mong,

Khỏi điều thẹn phấn tủi hồng thì thôi.

Phật tiền thảm lấp sầu vùi,

1930 Ngày pho thủ tự đêm nồi tâm hương.

Cho hay giọt nước cành dương,

Lửa lòng tưới tắt mọi đường trần duyên.

Nâu sồng từ trở màu thiền,

Sân thu trăng đã vài phen đứng đầu.

1935　　Quan phòng then nhặt lưới mau,
　　　　Nói lời trước mặt rơi châu vắng người.
　　　　　Gác kinh viện sách đôi nơi,
　　　　Trong gang tấc lại gấp mười quan san.
　　　　　Những là ngậm thở ngùi than,
1940　　Tiểu thư phải buổi vấn an về nhà.
　　　　　Thừa cơ sinh mới lẻn ra,
　　　　Xăm xăm đến mé vườn hoa với nàng.
　　　　　Sụt sùi giở nỗi đoạn trường,
　　　　Giọt châu tầm tã đượm chàng áo xanh:
1945　　"Đã cam chịu bạc với tình,
　　　　"Chúa xuân để tội một mình cho hoa!
　　　　　"Thấp cơ thua trí đàn bà,
　　　　"Trông vào đau ruột nói ra ngại lời.
　　　　　"Vì ta cho lụy đến người,
1950　　"Cát lầm ngọc trắng thiệt đời xuân xanh.
　　　　　"Quản chi lên thác xuống ghềnh,
　　　　"Cũng toan sống thác với tình cho xong.
　　　　　"Tông đường chút chửa cam lòng,
　　　　"Cắn răng bẻ một chữ đồng làm hai.
1955　　　"Thẹn mình đá nát vàng phai,
　　　　"Trăm thân dễ chuộc một lời được sao?"
　　　　　Nàng rằng: "Chiếc bách sóng đào,
　　　　"Nổi chìm cũng mặc lúc nào rủi may.
　　　　　"Chút thân quằn quại vũng lầy,
1960　　"Sống thừa còn tưởng đến rày nữa sao?
　　　　　"Cũng liều một hạt mưa rào,
　　　　"Mà cho thiên hạ trông vào cũng hay!
　　　　　"Xót vì cầm đã bén dây,
　　　　"Chẳng trăm năm cũng một ngày duyên ta.
1965　　　"Liệu bài mở cửa cho ra,
　　　　"Ấy là tình nặng ấy là ân sâu!"
　　　　　Sinh rằng: "Riêng tưởng bấy lâu,
　　　　"Lòng người nham hiểm biết đâu mà lường?
　　　　　"Nữa khi giông tố phũ phàng,
1970　　"Thiệt riêng đấy cũng lại càng cực đây.
　　　　　"Liệu mà xa chạy cao bay,
　　　　"Ái ân ta có ngần này mà thôi!
　　　　　"Bây giờ kẻ ngược người xuôi,
　　　　"Biết bao giờ lại nối lời nước non?
1975　　　"Dẫu rằng sông cạn đá mòn,

"Con tằm đến thác cũng còn vướng tơ."
Cùng nhau kể lể sau xưa,
Nói rồi lại nói lời chưa hết lời.
Mặt trông tay chẳng nỡ rời,
1980 Hoa tỳ đã động tiếng người nẻo xa.
Nhẫn ngừng nuốt tủi đứng ra,
Tiểu thư đâu đã rẽ hoa bước vào.
Cười cười nói nói ngọt ngào,
Hỏi: "Chàng mới ở chốn nào lại chơi?"
1985 Dối quanh Sinh mới liệu lời:
"Tìm hoa quá bước xem người viết kinh."
Khen rằng: "Bút pháp đã tinh,
"So vào với thiếp Lan-đình nào thua.
"Tiếc thay lưu lạc giang hồ,
1990 "Nghìn vàng thật cũng nên mua lấy tài!"
Thiền trà cạn chén hồng mai,
Thong dong nối gót thư trai cùng về.
Nàng càng e lệ ủ ê,
Rỉ tai hỏi lại hoa tỳ trước sau.
1995 Hoa rằng: "Bà đến đã lâu,
"Rón chân đứng nép độ đâu nửa giờ.
"Rành rành kẻ tóc chân tơ,
"Mấy lời nghe hết đã dư tỏ tường.
"Bao nhiêu đoạn khổ tình thương,
2000 "Nỗi ông vật vã nỗi nàng thở than.
"Dặn tôi đứng lại một bên,
"Chán tai rồi mới bước lên trên lầu."
Nghe thôi kinh hãi xiết đâu:
"Đàn bà thế ấy thấy âu một người!
2005 Ấy mới gan ấy mới tài,
Nghĩ càng thêm nỗi sởn gai rụng rời.
Người đâu sâu sắc nước đời,
Mà chàng Thúc phải ra người bó tay.
Thực tang bắt được đường này,
2010 Máu ghen ai cũng chau mày nghiến răng.
Thế mà im chẳng đãi đằng,
Chào mời vui vẻ nói năng dịu dàng.
Giận dầu ra dạ thế thường,
Cười dầu mới thật khôn lường hiểm sâu.
2015 Thân ta ta phải lo âu,
Miệng hùm nọc rắn ở đâu chốn này.

Ví chăng chắp cánh cao bay,

Rào cây lâu cũng có ngày bẻ hoa.

Phận bèo bao quản nước sa,

2020 Lênh đênh đâu nữa cũng là lênh đênh!"

Chỉn e quê khách một người,

Tay không chưa dễ tìm vành ấm no.

Nghĩ đi nghĩ lại quanh co,

Phật tiền sẵn có mọi đồ kim ngân.

2025 Bên mình giắt để hộ thân,

Lần nghe canh đã một phần trống ba.

Cất mình qua ngọn tường hoa,

Lần đường theo bóng trăng tà về tây.

Mịt mù dặm cát đồi cây,

2030 Tiếng gà điếm nguyệt dấu giày cầu sương.

Canh khuya thân gái dặm trường,

Phần e đường sá phần thương dãi dầu.

*

* *

Trời đông vừa rạng ngàn dâu,

Bơ vơ nào đã biết đâu là nhà?

2035 Chùa đâu trông thấy nẻo xa,

Rành rành"Chiêu ẩn am"ba chữ bài.

Xăm xăm gõ mái cửa ngoài,

Trụ trì nghe tiếng rước mời vào trong.

Thấy màu ăn mặc nâu sồng,

2040 Giác Duyên sư trưởng lành lòng liền thương.

Gạn gùng ngành ngọn cho tường,

Lạ lùng nàng hãy tìm đường nói quanh:

"Tiểu thiền quê ở Bắc-kinh,

"Qui sư qui phật tu hành bấy lâu.

2045 "Bản sư rồi cũng đến sau,

"Dạy đưa pháp bảo sang hầu sư huynh."

Rày vâng diện hiến rành rành,

Chuông vàng khánh bạc bên mình giở ra.

Xem qua sư mới dạy qua:

2050 "Phải nơi Hằng Thủy là ta hậu tình.

"Chỉn e đường sá một mình,

"Ở đây chờ đợi sư huynh ít ngày."

Gửi thân được chốn am mây,

Muối dưa đắp đổi tháng ngày thong dong.

2055 Kệ kinh câu cũ thuộc lòng,

Hương đèn việc cũ trai phòng quen tay.
Sớm khuya lá bối phướn mây,
Ngọn đèn khêu nguyệt tiếng chày nện sương.
Thấy nàng thông tuệ khác thường,
2060 Sư càng nể mặt nàng càng vững chân.

*

* *

Cửa thiền vừa cữ cuối xuân,
Bóng hoa rợp đất vẻ ngân ngang trời.
Gió quang mây tạnh thảnh thơi,
Có người đàn việt lên chơi cửa già.
2065 Giở đồ chuông khánh xem qua,
Khen rằng: "Khéo giống của nhà Hoạn nương."
Giác Duyên thực ý lo lường,
Đêm thanh mới hỏi lại nàng trước sau.
Nghĩ rằng khôn nỗi giấu mầu,
2070 Sự mình nàng mới gót đầu bày ngay:
"Bây giờ sự đã dường này,
"Phận hèn dù rủi dù may tại người."
Giác Duyên nghe nói rụng rời,
Nửa thương nửa sợ bồi hồi chẳng xong.
2075 Rỉ tai mới kể sự lòng,
"Ở đây cửa phật là không hẹp gì,
"E chăng những sự bất kỳ,
"Để nàng cho đến thế thì cũng thương.
"Lánh xa trước liệu tìm đường,
2080 "Ngồi chờ nước đến nên dường còn quê."
Có nhà họ Bạc bên kia,
Am mây quen lối đi về dầu hương.
Nhắn sang dặn hết mọi đường,
Dọn nhà hãy tạm cho nàng trú chân.

*

* *

2085 Những mừng được chốn an thân,
Vội vàng nào kịp tính gần tính xa.
Nào ngờ cũng tổ bợm già,
Bạc bà học với Tú bà đồng môn!
Thấy nàng mặn phấn tươi hoa,
2090 Mừng thầm được món bán buôn có lời.
Hư không đặt để nên lời,
Nàng đà nhớn nhác rụng rời lắm phen.

Mụ càng khua giục cho liền,

Lấy lời hung hiểm ép duyên Châu-Trần.

2095   Rằng: "Nàng muôn dặm một thân,

"Lại mang lấy tiếng dữ gần lành xa.

"Khéo oan gia của phá gia,

"Còn ai dám chứa vào nhà nữa đây.

"Kịp toan kiếm chốn xe dây,

2100   "Không dưng chưa dễ mà bay đường trời!

"Nơi gần thì chẳng tiện nơi,

"Nơi xa thì chẳng có người nào xa.

"Nay chàng Bạc Hạnh cháu nhà,

"Cũng trong thân thích ruột già chẳng ai.

2105   "Cửa nhà buôn bán châu Thai,

"Thật thà có một đơn sai chẳng hề.

"Thế nào nàng cũng phải nghe,

"Thành thân rồi sẽ liệu về châu Thai.

"Bấy giờ ai lại biết ai,

2110   "Dầu lòng bể rộng sông dài thênh thênh.

"Nàng dù quyết chẳng thuận tình,

"Trái lời nẻo trước lụy mình đến sau."

Nàng càng mặt rủ mày chau,

Càng nghe mụ nói càng đau như dần.

2115   Nghĩ mình túng đất sẩy chân,

Thế cùng nàng mới xa gần thở than:

"Thiếp như con én lạc đàn,

"Phải cung rày đã sợ làn cây cong.

"Cùng đường dù tính chữ đồng,

2120   "Biết người biết mặt biết lòng làm sao?

"Nữa khi muôn một thế nào,

"Bán hùm buôn sói chắc vào lưng đâu?

"Dù ai có lòng sở cầu,

"Tâm minh xin quyết với nhau một lời.

2125   "Chứng minh có đất có trời,

"Bấy giờ vượt bể ra khơi quản gì."

Được lời mụ mới ra đi,

Mách tin họ Bạc tức thì sắm sanh.

Một nhà dọn dẹp linh đình,

2130   Quét sân đặt trác rửa bình thắp nhang.

Bạc sinh quì xuống vội vàng,

Quá lời nguyện hết thành hoàng thổ công.

Trước sân lòng đã giãi lòng,

Trong màn làm lễ tơ hồng kết duyên.

2135   Thành thân mới rước xuống thuyền,
Thuận buồm một lá xuôi miền châu Thai.

*
* *

Thuyền vừa đỗ bến thảnh thơi,
Bạc sinh lên trước tìm nơi mọi ngày.
Cũng nhà hành viện xưa nay,
2140   Cũng phường bán thịt cũng tay buôn người.
Xem người định giá vừa rồi,
Mối hàng một đã ra mười thì buông.
Mượn người thuê kiệu rước nàng,
Bạc đem mặt bạc kiếm đường cho xa.
2145   Kiệu hoa đặt trước thềm hoa,
Bên trong thấy một mụ ra vội vàng.
Đưa nàng vào lạy gia đường,
Cũng thần mày trắng cũng phường lầu xanh.
Thoắt trông nàng đã biết tình,
2150   Chim lồng khôn lẽ cất mình bay cao.
Chém cha cái số hoa đào,
Gỡ ra rồi lại buộc vào như chơi.
Nghĩ đời mà ngán cho đời,
Tài tình chi lắm cho trời đất ghen!
2155   Tiếc thay nước đã đánh phèn,
Mà cho bùn lại vẩn cho mấy lần.
Hồng quân với khách hồng quần,
Đã xoay đến thế còn vần chưa tha:
"Lỡ từ lạc bước bước ra,
2160   Cái thân liệu những từ nhà liệu đi.
Đầu xanh đã tội tình gì,
Má hồng đến quá nửa thì chưa thôi!"
Biết thân tránh chẳng khỏi trời,
Cũng liều mặt phấn cho rồi ngày xanh.

*
* *

2165   Lầu xanh gió mát trăng thanh,
Bỗng đâu có khách biên đình sang chơi.
Râu hùm hàm én mày ngài,
Vai năm tấc rộng thân mười thước cao.
Đường đường một đấng anh hào,
2170   Côn quyền hơn sức lược thao gồm tài.

Đội trời đạp đất ở đời,
Họ Từ tên Hải vốn người Việt-đông.
　Giang hồ quen thú vẫy vùng,
Gươm đàn nửa gánh non sông một chèo.

2175　Qua chơi nghe tiếng nàng Kiều,
Tấm lòng nhi nữ cũng xiêu anh hùng.
　Thiếp danh đưa đến lầu hồng,
Hai bên cùng liếc hai lòng cùng ưa.
　Từ rằng: "Tâm phúc tương cờ,

2180 "Phải người trăng gió vật vờ hay sao?
　"Bấy lâu nghe tiếng má đào,
"Mắt xanh chẳng để ai vào có không?
　"Một đời được mấy anh hùng,
"Bõ chi cá chậu chim lồng mà chơi!"

2185　Nàng rằng: "Người dạy quá lời,
"Thân này còn dám xem ai làm thường.
　"Chút riêng chọn đá thử vàng,
"Biết đâu mà gửi can trường vào đâu?
　"Còn như vào trước ra sau,

2190 "Ai cho kén chọn vàng thau tại mình?"
　Từ rằng: "Lời nói hữu tình,
"Khiến người lại nhớ câu Bình-nguyên quân.
　"Lại đây xem lại cho gần,
"Phỏng tin được một vài phần hay không?"

2195　Thưa rằng: "Lượng cả bao dung,
"Tấn-dương được thấy mây hồng có phen.
　"Rộng thương cỏ nội hoa tàn,
"Chút thân bèo bọt dám phiền mai sau."
　Nghe lời vừa ý gật đầu,

2200 Cười rằng: "Tri kỷ trước sau mấy người.
　"Khen cho con mắt tinh đời,
"Anh hùng đoán giữa trần ai mới già.
　"Một lời đã biết đến ta,
"Muôn chung nghìn tứ cũng là có nhau."

2205　Hai bên ý hợp tâm đầu,
Khi thân chẳng lọ là cầu mới thân.
　Ngỏ lời nói với băng nhân,
Tiền trăm lại cứ nguyên ngân phát hoàn.
　Buồng riêng sửa chốn thanh nhàn,

2210 Đặt giường thất bảo vây màn bát tiên.
　Trai anh hùng gái thuyền quyên,

Phỉ nguyền sánh phượng đẹp duyên cưỡi rồng.

*

*   *

Nửa năm hương lửa đương nồng,
Trượng phu thoắt đã động lòng bốn phương.
2215   Trông vời trời bể mênh mang,
Thanh gươm yên ngựa lên đường thẳng giong.
Nàng rằng: "Phận gái chữ tòng,
"Chàng đi thiếp cũng một lòng xin đi."
Từ rằng: "Tâm phúc tương tri,
2220   "Sao chưa thoát khỏi nữ nhi thường tình?
"Bao giờ mười vạn tinh binh,
"Tiếng chiêng dậy đất bóng tinh rợp đường.
"Làm cho rõ mặt phi thường,
"Bấy giờ ta sẽ rước nàng nghi gia.
2225   "Bằng này bốn bể không nhà,
"Theo càng thêm bận biết là đi đâu?
"Đành lòng chờ đó ít lâu,
"Chầy chăng là một năm sau vội gì!"
Quyết lời dứt áo ra đi,
2230   Gió mây bằng tiện đã lìa dặm khơi.
Nàng thì chiếc bóng song mai,
Đêm thâu đằng đẵng nhặt cài then mây.
Sân rêu chẳng vẽ dấu giầy,
Cỏ cao hơn thước liễu gầy vài phân.
2235   Đoái trông muôn dặm tử phần,
Hồn quê theo ngọn mây Tần xa xa:
"Xót thay huyên cỗi xuân già,
Tấm lòng thương nhớ biết là có nguôi?
Chốc đà mười mấy năm trời,
2240   Còn ra khi đã da mồi tóc sương!
Tiếc thay chút nghĩa cũ càng,
Dẫu lìa ngó ý còn vương tơ lòng.
Duyên em dù nối chỉ hồng,
May ra khi đã tay bồng tay mang."
2245   Tấc lòng cố quốc tha hương,
Đường kia nỗi nọ ngổn ngang bời bời:
"Cánh hồng bay bổng tuyệt vời,
Đã mòn con mắt phương trời đăm đăm!"

*

*   *

Đêm ngày luống những âm thầm,
2250 Lửa binh đâu đã ầm ầm một phương.

Ngất trời sát khí mơ màng,
Đầy sông kinh ngạc chật đường giáp binh.

Người quen thuộc kẻ chung quanh,
Nhủ nàng hãy tạm lánh mình một nơi.

2255 Nàng rằng: "Trước đã hẹn lời,
"Dẫu trong nguy hiểm dám rời ước xưa."

Còn đang dùng dắng ngẩn ngơ,
Mé ngoài đã thấy bóng cờ tiếng la.

Giáp binh kéo đến quanh nhà,
2260 Đồng thanh cùng gửi: "Nào là phu nhân?"

Hai bên mười vị tướng quân,
Đặt gươm cởi giáp trước sân khấu đầu.

Cung nga thể nữ nối sau,
Rằng: "Vâng lệnh chỉ rước chầu vu qui."

2265 Sẵn sàng phượng liễn loan nghi,
Hoa quan giấp giới hà y rỡ ràng.

Dựng cờ nổi trống lên đường,
Trúc tơ nổi trước kiệu vàng kéo sau.

Hỏa bài tiền lộ ruổi mau,
2270 Nam đình nghe động trống chầu đại doanh.

Kéo cờ lũy phát súng thành,
Từ công ra ngựa thân nghênh cửa ngoài.

Rỡ mình lạ vẻ cân đai,
Hãy còn hàm én mày ngài như xưa.

2275 Cười rằng: "Cá nước duyên ưa,
"Nhớ lời nói những bao giờ hay không?

"Anh hùng mới biết anh hùng,
"Rày xem phỏng đã cam lòng ấy chưa?"

Nàng rằng: "Chút phận ngây thơ,
2280 "Cũng may dây cát được nhờ bóng cây.

"Đến bây giờ mới thấy đây,
"Mà lòng đã chắc những ngày một hai."

Cùng nhau trông mặt cả cười,
Dan tay về chốn trướng mai tự tình.

2285 Tiệc bày thưởng tướng khao binh,
Om thòm trống trận rập rình nhạc quân.

Vinh hoa bõ lúc phong trần,
Chữ tình ngày lại thêm xuân một ngày.

*

*   *

Trong quân có lúc vui vầy,
2290 Thong dong mới kể sự ngày hàn vi:
"Khi Vô-tích khi Lâm-tri,
"Nơi thì lừa đảo nơi thì xót thương.
"Tấm thân rày đã nhẹ nhàng,
"Chút còn ân oán đôi đường chưa xong."
2295 Từ công nghe lời thủy chung,
Bất bình nổi trận đùng đùng sấm vang.
Nghiêm quân tuyển tướng sẵn sàng,
Dưới cờ một lệnh vội vàng ruổi sao.
Ba quân chỉ ngọn cờ đào,
2300 Đạo ra Vô-tích đạo vào Lâm-tri.
Mấy người phụ bạc xưa kia,
Chiếu danh tầm nã bắt về hỏi tra.
Lại sai lệnh tiễn truyền qua,
Giữ giàng họ Thúc một nhà cho yên.
2305 Mụ quản gia vãi Giác Duyên,
Cũng sai lệnh tiễn đem tin rước mời.
Thệ sư kể hết mọi lời,
Lòng lòng cũng giận người người chấp uy.
Đạo trời báo phục chỉn ghê,
2310 Chia đi mọi ngả bắt về đầy nơi,
Quân trung gươm lớn giáo dài,
Vệ trong thị lập cơ ngoài song phi.
Sẵn sàng tề chỉnh uy nghi,
Bác đồng chật đất tinh kỳ rợp sân.
2315 Trướng hùm mở giữa trung quân,
Từ công sánh vai phu nhân cùng ngồi.
Tiên nghiêm trống chửa dứt hồi,
Điểm danh trước dẫn trực ngoài cửa viên.
Từ rằng: "Ân oán hai bên,
2320 "Mặc nàng xử quyết báo đền cho minh."
Nàng rằng: "Muôn cậy uy linh,
"Hãy cho báo đáp ân tình cho phu:
"Báo ân rồi sẽ trả thù."
Từ rằng: "Việc ấy phó cho mặc nàng."
2325 Cho gươm mời đến Thúc lang,
Mặt như chàm đổ mình dường dễ run.
Nàng rằng: "Nghĩa trọng nghìn non,

"Lâm-tri người cũ chàng còn nhớ không?

　　"Sâm Thương chẳng vẹn chữ tòng,

2330 "Tại ai há dám phụ lòng cố nhân.

　　"Gấm trăm cuốn bạc nghìn cân,

"Tạ lòng dễ xứng báo ân gọi là.

　　"Vợ chàng qui quái tinh ma,

"Phen này kẻ cắp bà già gặp nhau.

2335　"Kiến bò miệng chén chưa lâu,

"Mưu sâu cũng trả nghĩa sâu cho vừa!"

　　Thúc sinh trông mặt bấy giờ,

Mồ hôi chàng đã như mưa ướt đầm.

　　Lòng riêng mừng sợ khôn cầm,

2340 Sợ thay mà lại mừng thầm cho ai.

　　Mụ già sư trưởng thứ hai,

Thoắt đưa đến trước vội mời lên trên.

　　Dắt tay mở mặt cho nhìn:

"Hoa nô kia với Trạc Tuyền cũng tôi.

2345　"Nhớ khi lỡ bước sẩy chân,

"Non vàng chưa dễ đền bồi tấm thương.

　　"Nghìn vàng gọi chút lễ thường,

"Mà lòng Phiếu mẫu mấy vàng cho cân!"

　　Hai người trông mặt tần ngần,

2350 Nửa phần khiếp sợ nửa phần mừng vui.

　　Nàng rằng: "Xin hãy rốn ngồi,

"Xem cho rõ mặt biết tôi báo thù!"

　　Kíp truyền chư tướng hiến phù,

Lại đem các tích phạm đồ hậu tra.

2355　Dưới cờ gươm tuốt nắp ra,

Chính danh thủ phạm tên là Hoạn Thư.

　　Thoắt trông nàng đã chào thưa:

"Tiểu thư cũng có bây giờ đến đây?

　　"Đàn bà dễ có mấy tay?

2360 "Đời xưa mấy mặt đời này mấy gan?

　　"Dễ ràng là thói hồng nhan,

"Càng cay nghiệt lắm càng oan trái nhiều!"

　　Hoạn Thư hồn lạc phách xiêu,

Khấu đầu dưới trướng liệu điều kêu ca.

2365　Rằng: "Tôi chút phận đàn bà,

"Ghen tuông thì cũng người ta thường tình.

　　"Nghĩ cho khi gác viết kinh,

"Với khi khỏi cửa dứt tình chẳng theo.

"Lòng riêng riêng những kính yêu,
2370 "Chồng chung chưa dễ ai chiều cho ai.

"Trót đà gây việc chông gai,
"Còn nhờ lượng bể thương bài nào chăng!"

"Khen cho thật đã nên rằng,
"Khôn ngoan đến mực nói năng phải lời.

2375 "Tha ra thì cũng may đời,
"Làm ra thì cũng ra người nhỏ nhen.

"Đã lòng tri quá thì nên."
Truyền quân lệnh xuống trướng tiền tha ngay.

Tạ lòng lạy trước sân mây,
2380 Cửa viên lại dắt một dây dẫn vào.

Nàng rằng: "Lồng lồng trời cao!
"Hại nhân nhân hại sự nào tại ta!"

Trước là Bạc Hạnh Bạc bà,
Bên là Ưng Khuyển bên là Sở Khanh.

2385 Tú bà với Mã Giám sinh,
Các tên tội ấy đáng tình còn sao?

Lệnh quân truyền xuống nội đao:
"Thề sao thì lại cứ sao gia hình!"

Máu rơi thịt nát tan tành,
2390 Ai ai trông thấy hồn kinh phách rời!

Cho hay muôn sự tại trời,
Phụ người chẳng bõ khi người phụ ta.

Mấy người bạc ác tinh ma,
Mình làm mình chịu kêu mà ai thương.

2395 Ba quân đông mặt pháp trường,
Thanh thiên bạch nhật rõ ràng cho coi.

Việc nàng báo phục vừa rồi,
Giác Duyên vội đã gửi lời từ quy.

Nàng rằng: "Thiên tải nhất thì,
2400 "Cố nhân đã dễ mấy khi bàn hoàn.

"Rồi đây bèo hợp mây tan,
"Biết đâu hạc nội mây ngàn là đâu?"

Sư rằng: "Cũng chẳng bao lâu,
"Trong năm năm lại gặp nhau đó mà.

2405 "Nhớ ngày hành cước phương xa,
"Gặp sư Tam Hợp vốn là tiên tri.

"Bảo cho hội hợp chi kỳ,
"Năm nay là một nữa là năm năm.

"Mới hay tiền định chẳng lầm,

2410　"Đã tin điều trước ắt nhằm việc sau.
　　　　"Còn nhiều ân ái với nhau,
　　　"Cơ duyên nào đã hết đâu vội gì."
　　　　Nàng rằng: "Tiền định tiên tri,
　　　"Lời sư đã dạy ắt thì chẳng sai.
2415　"Họa bao giờ có gặp người,
　　　　"Vì tôi cậy hỏi một lời chung thân."
　　　　Giác Duyên vâng dặn ân cần,
　　　Tạ từ thoắt đã dời chân cõi ngoài.

　　　　　　　　*
　　　　　*　　*

　　　　Nàng từ ân oán rạch ròi,
2420　Bể oan dường đã vơi vơi cạnh lòng.
　　　　Tạ ơn lạy trước Từ công:
　　　"Chút thân bồ liễu nào mong có rày!
　　　　"Trộm nhờ sấm sét ra tay,
　　　"Tấc riêng như cất gánh đầy đổ đi.
2425　"Khắc xương ghi dạ xiết chi,
　　　"Dễ đem gan góc đền nghì trời mây!"
　　　　Từ rằng: "Quốc sĩ xưa nay,
　　　"Chọn người tri kỷ một ngày được chăng?
　　　　"Anh hùng tiếng đã gọi rằng,
2430　"Giữa đường dẫu thấy bất bằng mà tha.
　　　　"Huống chi việc cũng việc nhà,
　　　"Lọ là thâm tạ mới là tri ân.
　　　　"Xót nàng còn chút song thân,
　　　"Bấy nay kẻ Việt người Tần cách xa.
2435　"Sao cho muôn dặm một nhà,
　　　"Cho người thấy mặt là ta cam lòng."
　　　　Vội truyền sửa tiệc quân trung,
　　　Muôn binh nghìn tướng hội đồng tẩy oan.
　　　　Thừa cơ trúc chẻ ngói tan,
2440　Binh uy từ ấy sấm ran trong ngoài.
　　　　Triều đình riêng một góc trời,
　　　Gồm hai văn võ rạch đôi sơn hà.
　　　　Đòi cơn quét gió mưa sa,
　　　Huyện thành đạp đổ năm tòa cõi Nam.
2445　Phong trần mài một lưỡi gươm,
　　　Những loài giá áo túi cơm sá gì!
　　　　Nghênh ngang một cõi biên thùy,
　　　Thiếu gì cô quả thiếu gì bá vương.

Trước cờ ai dám tranh cường,
2450 Năm năm hùng cứ một phương hải tần.

*

*   *

Có quan tổng đốc trọng thần,
Là Hồ Tôn Hiến kinh luân gồm tài.
Đẩy xe vâng chỉ đặc sai,
Tiện nghi bát tiễu việc ngoài đổng nhung.
2455 Biết Từ là đấng anh hùng,
Biết nàng cũng dự quân trung luận bàn.
Đóng quân làm chước chiêu an,
Ngọc vàng gấm vóc sai quan thuyết hàng.
Lại riêng một lễ với nàng:
2460 Hai tên thể nữ ngọc vàng nghìn cân.
Tin vào gửi trước trung quân,
Từ công riêng hãy mười phân hồ đồ:
"Một tay gây dựng cơ đồ,
Bấy lâu bể Sở sông Ngô tung hoành.
2465 Bó chân về với triều đình,
Hàng thần lơ láo phận mình ở đâu?
Áo xiêm ràng buộc với nhau,
Vào luồn ra cúi công hầu mà chi!
Sao bằng riêng một biên thùy,
2470 Sức này đã dễ làm gì được nhau?
Chọc trời khuấy nước mặc dầu,
Dọc ngang nào biết trên đầu có ai!"
Nàng thì thật dạ tin người,
Lễ nhiều nói ngọt nghe lời dễ xiêu:
2475 "Nghĩ mình mặt nước cánh bèo,
Đã nhiều lưu lạc lại nhiều gian truân.
Bằng nay chịu tiếng vương thần,
Thênh thang đường cái thanh vân hẹp gì!
Công tư vẹn cả hai bề,
2480 Dần dà rồi sẽ liệu về cố hương.
Cũng ngôi mệnh phụ đường đường,
Nở nang mày mặt rỡ ràng mẹ cha.
Trên vì nước dưới vì nhà,
Một là đắc hiếu hai là đắc trung.
2485 Chẳng hơn chiếc bách giữa dòng,
E dè sóng gió hãi hùng cỏ hoa."
Nhân khi bàn bạc gần xa,

Thừa cơ nàng mới bàn ra nói vào.

　　Rằng: "Trong Thánh trạch dồi dào,

2490 "Tưới ra đã khắp thấm vào đã sâu.

　　"Bình thành công đức bấy lâu,

　　"Ai ai cũng đội trên đầu xiết bao.

　　"Ngẫm từ dấy việc binh đao,

　　"Đống xương Vô-định đã cao bằng đầu.

2495 　"Làm chi để tiếng về sau,

　　"Nghìn năm ai có khen đâu Hoàng Sào.

　　"Sao bằng lộc trọng quyền cao,

　　"Công danh ai dứt lối nào cho qua?"

　　Nghe lời nàng nói mặn mà,

2500 Thế công Từ mới trở ra thế hàng.

　　Chỉnh nghi tiếp sứ vội vàng,

　　Hẹn kỳ thúc giáp quyết đường giải binh.

*
*　*

　　Tin lời thành hạ yêu minh,

　　Ngọn cờ ngơ ngác trống canh trễ tràng.

2505 　Việc binh bỏ chẳng giữ giàng,

　　Vương sư dòm đã tỏ tường thực hư.

　　Hồ công quyết kế thừa cơ,

　　Lễ tiên binh hậu khắc cờ tập công.

　　Kéo cờ chiêu phủ tiên phong,

2510 Lễ nghi dàn trước bác đồng phục sau.

　　Từ công hờ hững biết đâu,

　　Đại quan lễ phục ra đầu cửa viên.

　　Hồ công ám hiệu trận tiền,

　　Ba bề phát súng bốn bên kéo cờ.

2515 　Đang khi bất ý chẳng ngờ,

　　Hùm thiêng khi đã sa cơ cũng hèn!

　　Tử sinh liệu giữa trận tiền,

　　Dạn dày cho biết gan liền tướng quân.

　　Khí thiêng khi đã về thần,

2520 Nhơn nhơn còn đứng chôn chân giữa vòng.

　　Trơ như đá vững như đồng,

　　Ai lay chẳng chuyển ai rung chẳng rời.

　　Quan quân truy sát đuổi dài,

　　Ầm ầm sát khí ngất trời ai đương.

2525 　Trong hào ngoài lũy tan hoang,

　　Loạn quân vừa dắt tay nàng đến nơi.

Trong vòng tên đá bời bời,

Thấy Từ còn đứng giữa trời trơ trơ.

Khen rằng: "Trí dũng có thừa,

2530 "Bởi nghe lời thiếp nên cơ hội này!

"Mặt nào trông thấy nhau đây?

"Thà liệu sống chết một ngày với nhau!"

Dòng thu như xối cơn sầu,

Dứt lời nàng cũng gieo đầu một bên.

2535 Lạ thay oan khí tương triền,

Nàng vừa phục xuống Từ liền ngã ra.

Quan quân kẻ lại người qua,

Xót nàng sẽ lại vực ra dần dần.

Đem vào đến trước trung quân,

2540 Hồ công thấy mặt ân cần hỏi han.

Rằng: "Nàng chút phận hồng nhan,

"Gặp cơn binh cách nhiều nàn cũng thương.

"Đã hay thành toán miếu đường,

"Giúp công cũng có lời nàng mới nên.

2545 "Bây giờ sự đã vẹn tuyền,

"Mặc lòng nghĩ lấy muốn xin bề nào?"

Nàng càng giọt ngọc tuôn dào,

Ngập ngừng mới gửi thấp cao sự lòng.

Rằng: "Từ là đấng anh hùng,

2550 "Dọc ngang trời rộng vẫy vùng bể khơi.

"Tin tôi nên quá nghe lời,

"Đem thân bách chiến làm tôi triều đình.

"Ngỡ là phu quý phụ vinh,

"Ai ngờ một phút tan tành thịt xương.

2555 "Năm năm trời bể ngang tàng,

"Đem thân đi bỏ chiến trường như không.

"Khéo khuyên kể lấy làm công,

"Kể bao nhiêu lại đau lòng bấy nhiêu.

"Xét mình công ít tội nhiều,

2560 "Sống thừa tôi đã nên liều mình tôi.

"Xin cho tiền thổ một doi,

"Gọi là đắp điếm lấy người tử sinh."

Hồ công nghe nói thương tình,

Truyền cho kiều táng di hình bên sông.

*

* *

2565 Trong quân mở tiệc hạ công,

Xôn xao tơ trúc hội đồng quân quan.

Bắt nàng thị yến dưới màn,

Dở say lại ép cung đàn nhặt tâu.

Một cung gió thảm mưa sầu,

2570 Bốn dây rỏ máu năm đầu ngón tay.

Ve ngâm vượn hót nào tày,

Lọt tai Hồ cũng nhăn mày rơi châu.

Hỏi rằng: "Này khúc ở đâu?

"Nghe ra muôn oán nghìn sầu lắm thay!"

2575 Thưa rằng: "*Bạc mệnh* khúc này,

"Phổ vào đàn ấy những ngày còn thơ.

"Cung cầm lựa những ngày xưa,

"Mà gương bạc mệnh bây giờ là đây!"

Nghe càng đắm ngắm càng say,

2580 Lạ cho mặt sắt cũng ngây vì tình!

Dạy rằng: "Hương lửa ba sinh,

"Dây loan xin nối cầm lành cho ai!"

Thưa rằng: "Chút phận lạc loài,

"Trong mình nghĩ đã có người thác oan.

2585 "Còn chi nữa cánh hoa tàn,

"Tơ lòng đã dứt dây đàn Tiểu Lân.

"Rộng thương còn mảnh hồng quần,

"Hơi tàn được thấy gốc phần là may!"

Hạ công chén đã quá say,

2590 Hồ công đến lúc rạng ngày nhớ ra:

"Nghĩ mình phương diện quốc gia,

Quan trên trông xuống người ta trông vào.

Phải tuồng trăng gió hay sao?

Sự này biết tính thế nào được đây?"

2595 Công nha vừa buổi rạng ngày,

Quyết tình Hồ mới đoán ngay một bài.

Lệnh quan ai dám cãi lời,

Ép tình mới gán cho người thổ quan.

Ông tơ thật nhẽ đa đoan,

2600 Xe tơ sao khéo vơ quàng vơ xiên?

*

* *

Kiệu hoa áp thẳng xuống thuyền,

Lá màn rủ thấp ngọn đèn khêu cao.

Nàng càng ủ liễu phai đào,

Trăm phần nào có phần nào phần tươi?

2605 Đành thân cát dập sóng vùi,

  Cướp công cha mẹ thiệt đời thông minh.

   Chân trời mặt bể lênh đênh,

  Nắm xương biết gửi tử sinh chốn nào?

   Duyên đâu ai dứt tơ đào?

2610 Nợ đâu ai đã dắt vào tận tay?

   Thân sao thân đến thế này?

  Còn ngày nào cũng dư ngày ấy thôi.

   Đã không biết sống là vui,

  Tấm thân nào biết thiệt thời là thương.

2615 Một mình cay đắng trăm đường,

  Thôi thì nát ngọc tan vàng thì thôi.

   Mảnh trăng đã gác non đoài,

  Một mình luống những đứng ngồi chưa xong.

   Triều đâu nổi tiếng đùng đùng,

2620 Hỏi ra mới biết rằng sông Tiền Đường.

   Nhớ lời thần mộng rõ ràng,

  Này thôi hết kiếp đoạn trường là đây:

   "Đạm Tiên nàng nhẽ có hay?

  "Hẹn ta thì đợi dưới này rước ta!"

2625 Dưới đèn sẵn bức tiên hoa,

  Một thiên tuyệt bút gọi là để sau.

   Cửa bồng vội mở rèm châu,

  Trời cao sông rộng một màu bao la.

   Rằng: "Từ công hậu đãi ta,

2630 "Chút vì việc nước mà ra phụ lòng.

   "Giết chồng mà lại lấy chồng,

  "Mặt nào mà lại đứng trong cõi đời?

   "Thôi thì một thác cho rồi,

  "Tấm lòng phó mặc trên trời dưới sông!"

2635 Trông vời con nước mênh mông,

  Đem mình gieo xuống giữa dòng trường giang.

   Thổ quan theo vớt vội vàng,

  Thì đà đắm ngọc chìm hương mất rồi!

   Thương thay cũng một kiếp người,

2640 Hại thay mang sắc lấy tài làm chi!

   Những là oan khổ lưu ly,

  Chờ cho hết kiếp còn gì là thân!

   Mười lăm năm bấy nhiêu lần,

  Làm gương cho khách hồng quần thử soi.

2645 Đời người đến thế thì thôi,

Trong cơ âm cực dương hồi khôn hay.
　　Mấy người hiếu nghĩa xưa nay,
　Trời làm chi đến lâu ngày càng thương!

*
*　*

　　Giác Duyên từ tiết giã nàng,
2650　Đeo bầu quẩy níp rộng đường vân du.
　　Gặp bà Tam Hợp đạo cô,
　Thong dong hỏi hết nhỏ to sự nàng:
　　"Người sao hiếu nghĩa đủ đường,
　"Kiếp sao rặt những đoạn trường thế thôi?"
2655　Sư rằng: "Phúc họa đạo trời,
　　"Cội nguồn cũng ở lòng người mà ra.
　　"Có trời mà cũng tại ta,
　"Tu là cỗi phúc tình là dây oan.
　　"Thúy Kiều sắc sảo khôn ngoan
2660　"Vô duyên là phận hồng nhan đã đành.
　　"Lại mang lấy một chữ tình,
　"Khư khư mình buộc lấy mình vào trong.
　　"Vậy nên những chốn thong dong,
　"Ở không yên ổn ngồi không vững vàng.
2665　"Ma dẫn lối quỉ đưa đường,
　　"Lại tìm những chốn đoạn trường mà đi.
　　"Hết nạn nọ đến nạn kia,
　"Thanh lâu hai lượt thanh y hai lần.
　　"Trong vòng giáo dựng gươm trần,
2670　"Kề răng hùm sói gửi thân tôi đòi.
　　"Giữa dòng nước dẫy sóng giồi,
　"Trước hàm rồng cá gieo mồi thủy tinh.
　　"Oan kia theo mãi với tình,
　"Một mình mình biết một mình mình hay.
2675　"Làm cho sống đọa thác đày,
　　"Đoạn trường cho hết kiếp này mới thôi!"
　　Giác Duyên nghe nói rụng rời:
　"Một đời nàng nhẽ thương ôi còn gì!"
　　Sư rằng: "Song chẳng hề chi,
2680　"Nghiệp duyên cân lại nhắc đi còn nhiều.
　　"Xét trong tội nghiệp Thúy Kiều,
　"Mắc điều tình ái khỏi điều tà dâm.
　　"Lấy tình thâm trả nghĩa thâm,
　"Bán mình đã động hiếu tâm đến trời!

2685   "Hại một người cứu muôn người,

"Biết đường khinh trọng biết lời phải chăng.

"Thửa công đức ấy ai bằng,

"Túc khiên đã rửa lâng lâng sạch rồi.

"Khi nên trời cũng chiều người,

2690 "Nhẹ nhàng nợ trước đền bồi duyên sau.

"Giác Duyên dù nhớ nghĩa nhau,

"Tiền Đường thả một bè lau rước người.

"Trước sau cho vẹn một lời,

"Duyên ta mà cũng phúc trời chi không."

2695   Giác Duyên nghe lời mừng lòng,

Lân la tìm thú bên sông Tiền Đường.

Đánh tranh chụm nóc thảo đường,

Một gian nước biếc mây vàng chia hai.

Thuê năm ngư phủ hai người,

2700 Đóng thuyền chực bến kết chài đăng sông.

Một lòng chẳng quản mấy công,

Khéo thay gặp gỡ cũng trong chuyển vần.

*
*   *

Kiều từ gieo xuống duềnh ngân,

Nước xuôi bỗng đã trôi dần tận nơi.

2705   Ngư ông kéo lưới vớt người,

Ngẫm lời Tam Hợp rõ mười chẳng ngoa.

Trên mui lướt thướt áo là,

Tuy dầm hơi nước chưa lòa bóng gương.

Giác Duyên nhận thật mặt nàng,

2710 Nàng còn thiêm thiếp giấc vàng chưa phai.

Mơ màng phách quế hồn mai,

Đạm Tiên thoắt đã thấy người ngày xưa.

Rằng: "Tôi đã có lòng chờ,

"Mất công mười mấy năm thừa ở đây.

2715   "Chị sao phận mỏng đức dày?

"Kiếp xưa đã vậy lòng này dễ ai.

"Tâm thành đã thấu đến trời,

"Bán mình là hiếu cứu người là nhân.

"Một niềm vì nước vì dân,

2720 "Âm công nhắc một đồng cân đã già.

"Đoạn trường sổ rút tên ra,

"Đoạn trường thơ phải đưa mà trả nhau.

"Còn nhiều hưởng thụ về sau,

"Duyên xưa đầy đặn phúc sau dồi dào."
2725　　Nàng còn ngơ ngẩn biết sao,
Trạc Tuyền nghe tiếng gọi vào bên tai.
　　Giật mình thoắt tỉnh giấc mai,
Bâng khuâng nào đã biết ai mà nhìn.
　　Trong thuyền nào thấy Đạm Tiên,
2730　Bên mình chỉ thấy Giác Duyên ngồi kề.
　　Thấy nhau mừng rỡ trăm bề,
Dọn thuyền mới rước nàng về thảo lư.
　　Một nhà chung chạ sớm trưa,
Gió trăng mát mặt muối dưa chay lòng.
2735　　Bốn bề bát ngát mênh mông,
Triều dâng hôm sớm mây lồng trước sau
　　Nạn xưa trút sạch lầu lầu,
Duyên xưa chưa dễ biết đâu chốn này.

*

*　　*

　　Nỗi nàng tai nạn đã đầy,
2740　Nỗi chàng Kim Trọng bấy chầy mới thương.
　　Từ ngày muôn dặm phù tang,
Nửa năm ở đất Liêu Dương lại nhà.
　　Vội sang vườn Thúy dò la,
Nhìn xem phong cảnh nay đà khác xưa.
2745　　Đầy vườn cỏ mọc lau thưa,
Song trăng quạnh quẽ vách mưa rã rời.
　　Trước sau nào thấy bóng người,
Hoa đào năm ngoái còn cười gió đông.
　　Xập xè én liệng lầu không,
2750　Cỏ lan mặt đất rêu phong dấu giày.
　　Cuối tường gai góc mọc đầy,
Đi về này những lối này năm xưa.
　　Chung quanh lặng ngắt như tờ,
Nỗi niềm tâm sự bây giờ hỏi ai?
2755　　Láng giềng có kẻ sang chơi,
Lân la sẽ hỏi một hai sự tình.
　　Hỏi ông, ông mắc tùng đình,
Hỏi nàng, nàng đã bán mình chuộc cha.
　　Hỏi nhà, nhà đã dời xa,
2760　Hỏi chàng Vương với cùng là Thúy Vân,
　　Đều là sa sút khó khăn,
May thuê viết mướn kiếm ăn lần hồi.

Điều đâu sét đánh lưng trời,

Thoắt nghe chàng thoắt rụng rời xiết bao!

2765   Hỏi thăm di trú nơi nào,

Đánh đường chàng mới tìm vào tận nơi.

Nhà tranh vách đất tả tơi,

Lau treo rèm nát trúc cài phên thưa.

Một sân đất cỏ dầm mưa,

2770 Càng ngao ngán nỗi càng ngơ ngẩn dường!

Đánh liều lên tiếng ngoài tường,

Chàng Vương nghe tiếng vội vàng chạy ra.

Dắt tay vội rước vào nhà,

Mé sau viên ngoại ông bà ra ngay.

2775   Khóc than kể lể niềm tây:

"Chàng ôi biết nỗi nước này cho chưa?

"Kiều nhi phận mỏng như tờ,

"Một lời đã lỗi tóc tơ với chàng!

"Gặp cơn gia biến lạ dường,

2780 "Bán mình nó phải tìm đường cứu cha.

"Dùng dằng khi bước chân ra,

"Cực trăm nghìn nỗi dặn ba bốn lần.

"Trót lời nặng với lang quân,

"Mượn con em nó Thúy Vân thay lời.

2785   "Gọi là trả chút nghĩa người,

"Sầu này dằng dặc muôn đời chưa quên.

"Kiếp này duyên đã phụ duyên,

"Dạ đài còn biết sẽ đền lai sinh.

"Mấy lời ký chú đinh ninh,

2790 "Ghi lòng để dạ cất mình ra đi.

"Phận sao bạc bấy Kiều nhi!

"Chàng Kim về đó con thì đi đâu?"

Ông bà càng nói càng đau,

Chàng càng nghe nói càng dàu như dưa.

2795   Vật mình vẫy gió tuôn mưa,

Dầm dề giọt ngọc thẫn thờ hồn mai.

Đau đòi đoạn ngất đòi thôi,

Tỉnh ra lại khóc khóc rồi lại mê.

Thấy chàng đau đớn biệt ly,

2800 Nhẫn ngừng ông mới vỗ về giải khuyên:

"Bây giờ ván đã đóng thuyền,

"Đã đành phận bạc khôn đền tình chung.

"Quá thương chút nghĩa đèo bòng,

"Nghìn vàng thân ấy dễ hòng bỏ sao?"

2805 Dỗ dành khuyên giải trăm chiều,
Lửa phiền càng dập càng khêu mối phiền.

Thề xưa giở đến kim hoàn,
Của xưa lại giở đến đàn với hương.

Sinh càng trông thấy càng thương,
2810 Gan càng tức tối ruột càng xót xa.

Rằng: "Tôi trót quá chân ra,
"Để cho đến nỗi trôi hoa giạt bèo.

"Cùng nhau thề thốt đã nhiều,
"Những điều vàng đá phải điều nói không?

2815 "Chưa chăn gối cũng vợ chồng,
"Lòng nào mà nỡ dứt lòng cho đang!

"Bao nhiêu của mấy ngày đường,
"Còn tôi, tôi một gặp nàng mới thôi!"

Nỗi thương nói chẳng hết lời,
2820 Tạ từ sinh mới sụt sùi trở ra.

Vội về sửa chốn vườn hoa,
Rước mời viên ngoại ông bà cùng sang.

Thần hôn chăm chút lễ thường,
Dưỡng thân thay tấm lòng nàng ngày xưa.

2825 Đinh ninh mài lệ chép thư,
Cắt người tìm tòi đưa tờ nhắn nhe.

Biết bao công mướn của thuê,
Lâm Thanh mấy độ đi về dặm khơi.

Người một nơi hỏi một nơi,
2830 Mênh mông nào biết bể trời nơi nao!

Sinh càng thảm thiết khát khao,
Như nung gan sắt như bào lòng son.

Ruột tằm ngày một héo hon,
Tuyết sương ngày một hao mòn mình ve.

2835 Thẫn thờ lúc tỉnh lúc mê,
Máu theo nước mắt hồn lìa chiêm bao.

Xuân huyên lo sợ xiết bao,
Quá ra khi đến thế nào mà hay?

Vội vàng sắm sửa chọn ngày,
2840 Duyên Vân sớm đã xe dây cho chàng.

Người yểu điệu kẻ văn chương,
Trai tài gái sắc xuân đương vừa thì.

Tuy rằng vui chữ vu qui,
Vui nào đã cất sầu kia được nào!

2845 Khi ăn ở lúc ra vào,

  Càng âu duyên mới càng dào tình xưa.

   Nỗi nàng nhớ đến bao giờ,

  Tuôn châu đòi trận vò tơ trăm vòng.

   Có khi vắng vẻ thư phòng,

2850 Đốt lò hương giở phím đàn ngày xưa.

   Bẻ bai rủ rỉ tiếng tơ,

  Trầm bay lạt khói gió đưa lay rèm.

   Dường như bên nóc trước thềm,

  Tiếng Kiều đồng vọng bóng xiêm mơ màng.

2855 Bởi lòng tạc đá ghi vàng,

  Tưởng nàng nên lại thấy nàng về đây.

   Những là phiền muộn đêm ngày,

  Xuân thu biết đã đổi thay mấy lần.

   Chế khoa gặp hội trường văn,

2860 Vương, Kim cùng chiếm bảng xuân một ngày.

   Cửa trời rộng mở đường mây,

  Hoa chào ngõ hạnh hương bay dặm phần.

   Chàng Vương nhớ đến xa gần,

  Sang nhà Chung lão tạ ân chu tuyền.

2865 Tình xưa ơn trả nghĩa đền,

  Gia thân bèn mới kết duyên Châu-Trần.

   Kim từ nhẹ bước thanh vân,

  Nỗi nàng càng nghĩ xa gần càng thương:

   "Ấy ai hẹn ngọc thề vàng?

2870 Bây giờ Kim mã Ngọc đường với ai?

   Ngọn bèo chân sóng lạc loài,

  Nghĩ mình vinh hiển thương người lưu ly."

   Vâng ra ngoại nhậm Lâm Tri,

  Quan sơn nghìn dặm thê nhi một đoàn.

2875 Cầm đường ngày tháng thanh nhàn,

  Sớm khuya tiếng hạc tiếng đàn tiêu dao.

   Phòng xuân trướng rủ hoa đào,

  Nàng Vân nằm bỗng chiêm bao thấy nàng.

   Tỉnh ra mới rỉ cùng chàng,

2880 Nghe lời chàng cũng hai đường tin nghi:

   "Nọ Lâm Thanh với Lâm Tri,

  Khác nhau một chữ hoặc khi có lầm!

   Trong cơ thanh khí tương tầm,

  Ở đây hoặc có giai âm chăng là?"

2885 Thang đường chàng mới hỏi tra,

Họ Đô có kẻ lại già thưa lên:

"Sự này đã ngoại mười niên,

"Tôi đà biết mặt biết tên rành rành.

"Tú bà cùng Mã Giám sinh,

2890 "Đi mua người ở Bắc Kinh đưa về.

"Thúy Kiều tài sắc ai bì,

"Có nghề đàn lại đủ nghề văn thơ.

"Kiên trinh chẳng phải gan vừa,

"Liều mình thế ấy phải lừa thế kia.

2895 "Phong trần chịu đã ê chề,

"Dây duyên sau lại xe về Thúc lang.

"Phải tay vợ cả phũ phàng,

"Bắt về Vô Tích toan đường bẻ hoa.

"Dứt mình nàng phải trốn ra,

2900 "Chẳng may lại gặp một nhà Bạc kia!

"Thoắt buôn về thoắt bán đi,

"Mây trôi bèo nổi thiếu gì là nơi!

"Bỗng đâu lại gặp một người,

"Hơn đời trí dũng nghiêng trời uy linh.

2905 "Trong tay mười vạn tinh binh,

"Kéo về đóng chật một thành Lâm Tri.

"Tóc tơ các tích mọi khi,

"Oán thì trả oán ân thì trả ân.

"Đã nên có nghĩa có nhân,

2910 "Trước sau trọn vẹn xa gần ngợi khen.

"Chưa tường được họ được tên,

"Sự này hỏi Thúc Sinh viên mới tường."

Nghe lời Đô nói rõ ràng,

Tức thì viết thiếp mời chàng Thúc sinh.

2915 Nỗi nàng hỏi hết phân minh,

Chồng con đâu tá tính danh là gì?

Thúc rằng: "Gặp lúc loạn ly,

"Trong quân tôi hỏi thiếu gì tóc tơ.

"Đại vương tên Hải họ Từ,

2920 "Đánh quen trăm trận sức dư muôn người.

"Gặp nàng thì ở châu Thai,

"Lạ gì quốc sắc thiên tài phải duyên.

"Vẫy vùng trong bấy nhiêu niên,

"Làm nên động địa kinh thiên đùng đùng.

2925 "Đại quân đồn đóng cõi Đông,

"Về sau chẳng biết vân mồng làm sao."

Nghe tường ngành ngọn tiêu hao,
Lòng riêng chàng luống lao đao thẫn thờ:
"Xót thay chiếc lá bơ vơ,
2930 Kiếp trần biết rũ bao giờ cho xong?
Hoa trôi nước chảy xuôi dòng,
Xót thân chìm nổi đau lòng hợp tan.
Lời xưa đã lỗi muôn vàn,
Mảnh hương còn đó phím đàn còn đây.
2935 Đàn cầm khéo ngẩn ngơ dây,
Lửa hương biết có kiếp này nữa thôi?
Bình bồng còn chút xa xôi,
Đỉnh chung sao nỡ ăn ngồi cho an?
Rắp mong treo ấn từ quan,
2940 Mấy sông cũng lội mấy ngàn cũng pha.
Dấn mình trong áng can qua,
Vào sinh ra tử họa là thấy nhau!"
Nghĩ điều trời thẳm vực sâu,
Bóng chim tăm cá biết đâu mà nhìn!
2945 Những là nấn ná đợi tin,
Nắng mưa đã biết mấy phen đổi dời.
Năm mây bỗng thấy chiếu trời,
Khâm ban sắc chỉ đến nơi rành rành:
Kim thì cải nhậm Nam Bình,
2950 Chàng Vương cũng cải nhậm thành châu Dương.
Sắm sanh xe ngựa vội vàng,
Hai nhà cùng thuận một đường phó quan.
Xẩy nghe thế giặc đã tan,
Sóng êm Phúc Kiến lửa tàn Chiết-giang.
2955 Được tin Kim mới rủ Vương,
Tiện đường cùng lại tìm nàng sau xưa.
Hàng Châu đến đó bấy giờ,
Thật tin hỏi được tóc tơ rành rành.
Rằng: "Ngày hôm nọ giao binh,
2960 "Thất cơ Từ đã thu linh trận tiền.
"Nàng Kiều công cả chẳng đền,
"Lệnh quan lại bắt ép duyên thổ tù.
"Nàng đà gieo ngọc trầm châu,
"Sông Tiền Đường đó ấy mộ hồng nhan!"
2965 Thương ôi! Không hợp mà tan,
Một nhà vinh hiển riêng oan một nàng!
Chiêu hồn thiết vị lễ thường,

Giải oan lập một đàn tràng bên sông.

Ngọn triều non bạc trùng trùng,

2970   Vời trông còn tưởng cánh hồng lúc gieo.

Tình thâm bể thảm lạ điều,,

Nào hồn tinh vệ biết theo chốn nào?

*
*   *

Cơ duyên đâu bỗng lạ sao,

Giác Duyên đâu bỗng tìm vào đến nơi.

2975   Trông lên linh vị chữ bài,

Thất kinh mới hỏi: "Những người đâu ta?

"Với nàng thân thích gần xa?

"Người còn sao bỗng làm ma khóc người?"

Nghe tin nhơ nhác rụng rời,

2980   Xúm quanh kể lể rộn lời hỏi tra:

"Này chồng này mẹ này cha,

"Này là em ruột này là em dâu.

"Thật tin nghe đã bấy lâu,

"Pháp sư dạy thế sự đâu lạ dường?"

2985   Sư rằng: "Nhân quả với nàng,

"Lâm Tri buổi trước Tiền Đường buổi sau.

"Khi nàng gieo ngọc trầm châu,

"Đón nhau tôi đã gặp nhau rước về.

"Cùng nhau nương cửa Bồ đề,

2990   "Thảo am đó cũng gần kề chẳng xa.

"Phật tiền ngày bạc lân la,

"Đăm đăm nàng cũng nhớ nhà khôn khuây."

Nghe tin nở mặt nở mày,

Mừng nào lại quá mừng này nữa chăng?

2995   Từ phen chiếc lá lìa rừng,

Thăm tìm luống những liệu chừng nước mây.

Rõ ràng hoa rụng hương bay,

Kiếp sau họa thấy kiếp này hẳn thôi.

Minh dương đôi ngả chắc rồi,

3000   Cõi trần mà lại thấy người cửu nguyên!

Cùng nhau lạy tạ Giác Duyên,

Bộ hành một lũ theo liền một khi.

Bẻ lau vạch cỏ tìm đi,

Tình thâm luống hãy hồ nghi nửa phần.

3005   Quanh co theo dải giang tân,

Khỏi rừng lau đã tới sân Phật đường.

Giác Duyên lên tiếng gọi nàng,
Buồng trong vội dạo sen vàng bước ra.
Trông xem đủ mặt một nhà,
3010 Xuân già còn khỏe huyên già còn tươi.
Hai em phương trưởng hòa hai,
Nọ chàng Kim đó là người ngày xưa!
Tưởng bây giờ là bao giờ,
Rõ ràng mở mắt còn ngờ chiêm bao.
3015 Giọt châu thánh thót quẹn bào,
Mừng mừng tủi tủi xiết bao sự tình.
Huyên già dưới gối gieo mình,
Khóc than mình kể sự tình đầu đuôi:
"Từ con lưu lạc quê người,
3020 "Bèo trôi sóng vỗ chốc mười lăm năm.
"Tính rằng sóng nước cát lầm,
"Kiếp này ai lại còn cầm gặp đây!"
Ông bà trông mặt cầm tay,
Dung quang chẳng khác chi ngày bước ra.
3025 Bấy chầy dãi nguyệt dầu hoa,
Mười phần xuân có gầy ba bốn phần.
Nỗi mừng biết lấy chi cân,
Lời tan hợp chuyện xa gần thiếu đâu.
Hai em hỏi trước han sau,
3030 Đứng trông nàng cũng trở sầu làm tươi.
Quây nhau lạy trước Phật đài,
Tái sinh trần tạ lòng người từ bi.
Kiệu hoa giục giã tức thì,
Vương ông dạy rước cùng về một nơi.
3035 Nàng rằng: "Chút phận hoa rơi,
"Nửa đời nếm trải mọi mùi đắng cay.
"Tính rằng mặt nước chân mây,
"Lòng nào còn tưởng có rày nữa không?
"Được rày tái thế tương phùng,
3040 "Khát khao đã thỏa tấm lòng bấy nay.
"Đã đem mình bỏ am mây,
"Tuổi này gửi với cỏ cây cũng vừa.
"Mùi thiền đã bén muối dưa,
"Màu thiền ăn mặc đã ưa nâu sồng.
3045 "Sự đời đã tắt lửa lòng,
"Còn chen vào chốn bụi hồng làm chi.
"Dở dang nào có hay gì,

"Đã tu tu trót qua thì thì thôi!

"Trùng sinh ơn nặng bể trời,

3050　"Lòng nào nỡ dứt nghĩa người ra đi?"

Ông rằng: "Bỉ thử nhất thì,

"Tu hành thì cũng phải khi tòng quyền.

"Phải điều cầu Phật cầu Tiên,

"Tình kia hiếu nọ ai đền cho đây?

3055　"Độ sinh nhờ đức cao dày,

"Lập am rồi sẽ rước thầy ở chung."

Nghe lời nàng phải chiều lòng,

Giã sư giã cảnh đều cùng bước ra.

*

*　*

Một đoàn về đến quan nha,

3060　Đoàn viên vội mở tiệc hoa vui vầy.

Tàng tàng chén cúc dở say,

Đứng lên Vân mới giãi bày một hai.

Rằng: "Trong tác hợp cơ trời,

"Hai bên gặp gỡ một lời kết giao.

3065　"Gặp cơn bình địa ba đào,

"Vậy đem duyên chị buộc vào cho em.

"Cũng là phận cải duyên kim,

"Cũng là máu chảy ruột mềm chớ sao?

"Những là rày ước mai ao,

3070　"Mười lăm năm ấy biết bao nhiêu tình!

"Bây giờ gương vỡ lại lành,

"Khuôn thiêng lựa lọc đã đành có nơi.

"Còn duyên may lại còn người,

"Còn vầng trăng bạc còn lời nguyền xưa.

3075　"Quả mai ba bảy đương vừa,

"Đào non sớm liệu xe tơ kịp thì."

Dứt lời nàng vội gạt đi:

"Sự muôn năm cũ kể chi bây giờ!

"Một lời tuy có ước xưa,

3080　"Xét mình dãi gió dầu mưa đã nhiều,

"Nói càng hổ thẹn trăm chiều,

"Thà cho ngọn nước thủy triều chảy xuôi."

Chàng rằng: "Nói cũng lạ đời,

"Dẫu lòng kia vậy còn lời ấy sao?

3085　"Một lời đã trót thâm giao,

"Dưới dày có đất trên cao có trời.

"Dẫu rằng vật đổi sao rơi,

"Tử sinh cũng giữ lấy lời tử sinh.

"Duyên kia có phụ chi tình,

3090 "Mà toan sẻ gánh chung tình làm hai?"

Nàng rằng: "Gia thất duyên hài,

"Chút lòng ân ái ai ai cũng lòng.

"Nghĩ rằng trong đạo vợ chồng,

"Hoa thơm phong nhụy trăng vòng tròn gương.

3095 "Chữ trinh đáng giá nghìn vàng,

"Đuốc hoa chẳng thẹn với chàng mai xưa?

"Thiếp từ ngộ biến đến giờ,

"Ong qua bướm lại đã thừa xấu xa.

"Bấy chầy gió táp mưa sa,

3100 "Mấy trăng cũng khuyết mấy hoa cũng tàn.

"Còn chi là cái hồng nhan,

"Đã xong thân thế còn toan nỗi nào?

"Nghĩ mình chẳng hổ mình sao,

"Dám đem trần cấu dự vào bố kinh!

3105 "Đã hay chàng nặng vì tình,

"Trông hoa đèn chẳng thẹn mình lắm ru!

"Từ đây khép cửa phòng thu,

"Chẳng tu thì cũng như tu mới là.

"Chàng dù nghĩ đến tình xa,

3110 "Đem tình cầm sát đổi ra cầm cờ.

"Nói chi kết tóc xe tơ,

"Đã buồn cả ruột mà dơ cả đời."

Chàng rằng: "Khéo nói nên lời,

"Mà trong lẽ phải có người có ta.

3115 "Xưa nay trong đạo đàn bà,

"Chữ trinh kia cũng có ba bảy đường.

"Có khi biến có khi thường,

"Có quyền nào phải một đường chấp kinh.

"Như nàng lấy hiếu làm trinh,

3120 "Bụi nào cho đục được mình ấy vay?

"Trời còn để có hôm nay,

"Tan sương đầu ngõ vén mây giữa trời.

"Hoa tàn mà lại thêm tươi,

"Trăng tàn mà lại hơn mười rằm xưa.

3125 "Có điều chi nữa mà ngờ,

"Khách qua đường để hững hờ chàng Tiêu!"

Nghe chàng nói đã hết điều,

Hai thân thì cũng quyết theo một bài.

　　Hết lời khôn lẽ chối lời,

3130　Cúi đầu nàng những ngắn dài thở than.

*

* *

　　Nhà vừa mở tiệc đoàn viên,

Hoa soi ngọn đuốc hồng chen bức là.

　　Cùng nhau giao bái một nhà,

Lễ đà đủ lễ đôi đà xứng đôi.

3135　Động phòng dìu dặt chén mồi,

Bâng khuâng duyên mới ngậm ngùi tình xưa.

　　Những từ sen ngó đào tơ,

Mười lăm năm mới bây giờ là đây!

　　Tình duyên ấy hợp tan này,

3140 Bi hoan mấy nỗi đêm chầy trăng cao.

　　Canh khuya bức gấm rủ thao,

Dưới đèn tỏ dạng má đào thêm xuân.

　　Tình nhân lại gặp tình nhân,

Hoa xưa ong cũ mấy phân chung tình!

3145　Nàng rằng: "Phận thiếp đã đành,

"Có làm chi nữa cái mình bỏ đi.

　　"Nghĩ chàng nghĩa cũ tình ghi,

"Chiều lòng gọi có xướng tùy mảy may.

　　"Riêng lòng đã thẹn lắm thay,

3150 "Cũng đà mặt dạn mày dày khó coi.

　　"Những như âu yếm vành ngoài,

"Còn toan mở mặt với người cho qua.

　　"Lại như những thói người ta,

"Vớt hương dưới đất bẻ hoa cuối mùa.

3155　"Khéo là giở nhuốc bày trò,

"Còn tình đâu nữa mà thù đấy thôi.

　　"Người yêu ta xấu với người,

"Yêu nhau thì lại bằng mười phụ nhau.

　　"Cửa nhà dù tính về sau,

3160 "Thì đà em đó lọ cầu chị đây.

　　"Chữ trinh còn một chút này,

"Chẳng cầm cho vững lại giày cho tan.

　　"Còn nhiều ân ái chan chan,

"Hay gì vầy cánh hoa tàn mà chơi?"

3165　Chàng rằng: "Gắn bó một lời,

"Bỗng không cá nước chim trời lỡ nhau.

"Xót người lưu lạc bấy lâu,

"Tưởng thề thốt nặng cũng đau đớn nhiều.

"Thương nhau sinh tử đã liều,

3170 "Gặp nhau còn chút bấy nhiêu là tình.

"Chừng xuân tơ liễu còn xanh,

"Nghĩ sao chưa thoát khỏi vành ái ân.

"Gương trong chẳng chút bụi trần,

"Một lời quyết hẳn muôn phần kính thêm.

3175 "Bấy lâu đáy bể mò kim,

"Là nhiều vàng đá phải tìm trăng hoa?

"Ai ngờ lại họp một nhà,

"Lọ là chăn gối mới ra sắt cầm."

Nghe lời sửa áo cài trâm,

3180 Khấu đầu lạy tạ cao thâm nghìn trùng:

"Thân tàn gàn đục khơi trong,

"Là nhờ quân tử khác lòng người ta.

"Mấy lời tâm phúc ruột rà,

"Tương tri dường ấy mới là tương tri.

3185 "Chở che đùm bọc thiếu gì,

"Trăm năm danh tiết cũng vì đêm nay!"

Thoắt thôi tay lại cầm tay,

Càng yêu vì nết càng say vì tình.

Thêm nến giá nối hương bình,

3190 Cùng nhau lại chuốc chén quỳnh giao hoan.

Tình xưa lai láng khôn hàn,

Thong dong lại hỏi ngón đàn ngày xưa.

Nàng rằng: "Vì mấy đường tơ,

"Lầm người cho đến bây giờ mới thôi!

3195 "Ăn năn thì sự đã rồi,

"Nể lòng người cũ vâng lời một phen."

Phím đàn dìu dặt tay tiên,

Khói trần cao thấp tiếng huyền gần xa.

Khúc đâu đầm ấm dương hòa,

3200 Ấy là Hồ điệp ấy là Trang sinh.

Khúc đâu êm ái xuân tình,

Ấy hồn Thục đế hay mình đỗ quyên?

Trong sao châu rỏ duềnh quyên,

Ấm sao hạt ngọc Lam-điền mới đông!

3205 Lọt tai nghe suốt năm cung,

Tiếng nào là chẳng não nùng xôn xao.

Chàng rằng: "Phổ ấy tay nào?

"Xưa sao sầu thảm nay sao vui vầy?

"Tẻ vui bởi tại lòng này,

3210 "Hay là khổ tận đến ngày cam lai?"

Nàng rằng: "Vì chút nghề chơi,

"Đoạn trường tiếng ấy hại người bấy lâu!

"Một phen tri kỷ cùng nhau,

"Cuốn dây từ đấy về sau cũng chừa."

3215 Chuyện trò chưa cạn tóc tơ,

Gà đà gáy sáng trời vừa rạng đông.

Tình riêng chàng lại nói sòng,

Một nhà ai cũng lạ lùng khen lao.

Cho hay thục nữ chí cao,

3220 Phải người sớm mận tối đào như ai.

Hai tình vẹn vẽ hòa hai,

Chẳng trong chăn gối cũng ngoài cầm thơ.

Khi chén rượu khi cuộc cờ,

Khi xem hoa nở khi chờ trăng lên.

3225 Ba sinh đã phỉ mười nguyền,

Duyên đôi lứa cũng là duyên bạn bầy.

Nhớ lời lập một am mây,

Khiến người thân tín rước thầy Giác Duyên.

Đến nơi: đóng cửa cài then,

3230 Rêu trùm kẽ ngạch cỏ lên mái nhà.

Sư đà hái thuốc phương xa,

Mây bay hạc lánh biết là tìm đâu?

Nàng vì chút nghĩa bấy lâu,

Trên am cứ giữ hương dầu hôm mai.

3235 Một nhà phúc lộc gồm hai,

Nghìn năm dằng dặc quan giai lần lần.

Thừa gia chẳng hết nàng Vân,

Một cây cù mộc một sân quế hòe.

Phong lưu phú quý ai bì,

3240 Vườn xuân một cửa để bia muôn đời.

*

* *

Ngẫm hay muôn sự tại trời,

Trời kia đã bắt làm người có thân.

Bắt phong trần phải phong trần,

Cho thanh cao mới được phần thanh cao.

3245 Có đâu thiên vị người nào,

Chữ tài chữ mệnh dồi dào cả hai?

Có tài mà cậy chi tài,

Chữ tài liền với chữ tai một vần!

Đã mang lấy nghiệp vào thân,

3250 Cũng đừng trách lẫn trời gần trời xa.

Thiện căn ở tại lòng ta,

Chữ tâm kia mới bằng ba chữ tài!

Lời quê chắp nhặt dông dài,

Mua vui cũng được một vài trống canh.

后　记

　　至此,《〈金云翘传〉翻译与研究》已告付梓,即将成书。这里笔者还想坦诚地谈谈自己在翻译这一越南古典文学名著的整个过程中所遇到的一些问题,以及对这些问题的处理原则和体会。

　　1. 对翻译所依据的原著版本的选定

　　我曾在一篇文章中抒发过“译诗难,译《翘传》更难”的感慨。的确,从一开始动笔翻译就发现其难度比我预想的要大得多。首先要面对的就是对所依据原著版本的择定。可以说,这是一个令人颇费脑筋的问题。

　　在越南至今已有包括喃字版和国语版(指用越语拼音文字书写的版本)的《翘传》达五十多个版本。仅就国语版的《翘传》来说,从最早由张永记(Trương Vĩnh Ký)将喃字版的《翘传》改成国语版并于1898年以《金云翘传》为书名出版至今,已先后出现了27个不同的版本。其中有不少对同一个诗句附有不同的注释。固然这为《翘传》的翻译和研究工作提供了丰富的参考资料,但由于种种原因,不同版本对原著的解读存在着不同程度的差异。因而,要选定哪个版本作为翻译的基本依据就已属不易。要求译者必须至少对出自几位名家之手注释的《翘传》版本进行认真研读、比较和分析方可择定。

　　经过对多个现代越语版本《翘传》的对照和比较,译者最后选择了陶维英(Đào Duy Anh)校考、注解的《翘传》(河内文学出版社1984年版)作为翻译的基本依据版本。尽管陶版《翘传》在某些字、词上与其他版本也存在一些差异,但相比之下,它对一些有争议的问题在注释或取舍方面相对更具合理性。例如,第2949—2950句,在陶版中是这样的:

Kim thì cải nhậm Nam Bình,
Chàng Vương cũng cải nhậm thành châu Dương.

　　越语**châu Dương**应为“扬州”,所以这句诗翻译成中文是:

金重改任到南平,
王观调职扬州城。

但笔者查阅手边的另外几个版本《翘传》(包括喃字版),对王观究竟调职到什么地方却都说法不同。如裴杞-陈重金版、阮石江版、阮越怀版等几个版本都认为是“富阳(**Phú Dương**)”,在阮克保—阮致山考订的

"最古喃文柳文堂"版上的喃字则是"睢阳",而在范德勋的注释本上见到的又分明写着"淮扬（Hoài Dương）"……这显然有传抄或刻印之误。那么，在这个问题上到底哪个版本更符合原著呢？最后笔者不得不到青心才人的《金云翘传》中寻找"佐证"，并据此判断陶版的"扬州"是正确的。因为在阮攸的《翘传》中，所有的人名、地名皆与其模仿蓝本小说无异。此外，陶维英编撰的《翘传辞典》也为译者对原作的理解和查证提供了方便条件。当然，我们注意到陶版中也存在某些不尽合理之处，这就需要我们在翻译过程中逐句认真查对，对存有异议的不同版本进行分析和比较，从而作出比较合理的判定和选择。

例如，《翘传》一开篇之第7—8句诗是这样的：

Cảo thơm lần giở trước đèn,

Phong tình cổ (có) lục còn truyền sử xanh..

在喃字中cổ和có都是"固"，而在现代越语中它们是具有完全不同词义的两个词，cổ为"古"义，而có则为"有"义。在裴杞-陈重金校考版《翘传》中，不仅取的是"古"义，并且明确注释"《风情古錄》为古时描写男女风情故事的一本书"。陶维英版采用的也是此解，即phong tình cổ lục。而有其他的版本，如范德勋版则取的是"có（有）"义。基于至今尚未查出中国有《风情古錄》这本书的现实情况，笔者认为，此处的喃字"固"应取其"có（有）"义更为合理，故在翻译时将这句诗译为"灯下披卷览今古，风情故事史见录"。类似的情况在《翘传》中并非绝无仅有。

2. 段落、句子的分定

喃字版的《金云翘传》并无章节、段落之分。后人在整理、传抄或注释过程中，根据故事情节将全文分若干段落或章节。译者虽然选择了陶维英版作为翻译所依照的版本，但在《金云翘传》全诗章节或段落的分定上并没有采用陶维英的做法，即从头至尾不分章节，只是将全诗分为50个自然段，用星号（※）相隔。为方便读者理解和查阅，译者参照了阮石江等版本的分段方法，将全诗按重要情节变化分成八卷，分别为：

第一卷：翠翘家世，姐妹才色

第二卷：清明郊游，金翘邂逅

第三卷：家遭变故，卖身赎父

第四卷：被骗青楼，嫁与束生

第五卷：宦姐施计，翠翘受辱

第六卷：再堕青楼，幸遇徐海

第七卷：怒投钱塘，觉缘搭救

第八卷：金重苦寻，全家团圆

这里每一卷内容的小标题皆为译者添加，在正文中不做显示。在每一卷中，遇情节出现变化或转折，则用空一行相隔来表示。

另外，由于原作是六八体诗，即六字句和八字句相间，每两行为一整句诗。译文所采用的虽不是六八体诗的样式，但考虑到按原作的断句方法可使译诗更为接近原作的风格，故译文也基本上以每两行为一句诗。除了个别地方在上下两行之间稍作调整外，译文基本上是按原作诗句的顺序进行翻译和表现的。

3. 透彻理解原作，坚持以"信"为本

对《金云翘传》的翻译尤其应注意译文的准确性，必须做到忠实原文。因为它不仅是为中国读者了解和欣赏这部优雅而通俗的长篇诗作的艺术价值，为中国和越南的比较文学研究者提供一个较为符合原著的译本，还要兼顾相关高校在越南语言文学教学研究方面的需要。可见对译文的"信"度要求是比较高的。在翻译过程中，如果碰到"信"与"雅"不可兼顾的局面，则应以"信"字为首要。这就要求翻译必须在透彻理解原文的基础之上，正确地把握"信"度，方能做到真正意义上的忠实于原作。这里仅举一例说明之：

原作第519—520句：Gieo thoi trước chẳng giữ giàng,

　　　　　　　　　　Để sau nên thẹn cùng chàng bởi ai?

越语Gieo thoi这个述宾结构在汉语中意为"投梭"。按越南学者陶维英在其编撰的《翘传词典》中之释义，此为引用《晋书·谢鲲传》的"投梭折齿"之典，比喻女子严拒男子引诱。而在其他多个版本的《翘传》中，也都作如此的理解和注释。在这里用"投梭"来表示"拒绝"之意并没有问题。如果仅按字面意思，完全可翻译成："投梭之前若不自持，蒙折齿之羞，谁应承担过失？"这样翻译固然已将中国典故"投梭折齿"完整地表达了出来。问题在于"谁拒绝谁"，即谁是"投梭"的施动者？按照多个《翘传》版本中的注释来理解，显然是翠翘拒绝金重，即"投梭"之举的实施者是翠翘。如此看来，整句诗的直译则应为："（我）在投梭之前如不慎重，日后（你）蒙羞之过，过失谁来担承？"也就是说，此时翠翘尚未决定是否拒绝金重，只是告诫对方有这个可能性：如果你不听劝告，必将遭遇"投梭"而蒙折齿之羞，这又能怪得了谁呢？然而，这样翻译于情理和逻辑均说不通，可以说是违背了作者的本意。如果我们将上下文的诗句联系起来分析就不难发现，翠翘此言完全是从前文的"西厢盟誓的香火已冷"，即从崔、张婚姻失败的教训中而引发的感慨，找出了问题发生的根源，是他们当初未考虑长远，而不是翠翘对金重进行"警告"。可见，对有些诗句，我们不能完全按字面之意机械地逐字进行翻译，而应将其前后诗文的意思进行整体分析，进而正确理解其真正含义，否则很容易造成错译。

最后还要特别提到的是：在对《金云翘传》进行翻译和研究的整个过程中，我一直得到关心我的中、越两国学界同仁和朋友们的热情支持和帮助；在该书付梓出版的前前后后，得到北大出版社责任编辑张冰和李娜的真诚相助。谨在此向所有给予我关心和帮助的同仁、朋友们表示由衷的谢忱！

赵玉兰